ધેર્સ ફાઇનાન્શિયલી...

લાઇફ...ફાઇનાન્સ...એન્ડ ફિલ્મ્સ!

લેખક
કલ્પેશ આશર

Published by TV Broadcast Ltd , 414 , 1st Floor Empire Mills Empire Senapti Bapat Marg , Lower Parel (w) Mumbai 400013

Cover Image and Book Designed by **The Big Idea Communication**

Editor Joanna Punjabi (for English)
Translation done by Apurva Dave, Jitendra Trivedi and Jayesh Chitalia (for Gujarati)

First Edition 2018

ISBN **978-93-87860-29-2**

For Corporate Enquiries, Bulk Sales & Customer Care email us on bestsellers@nw18.com
or contact us on +91-22-4001 9829/744 (Monday to Friday 10am to 6pm)
or SMS "CD Bulk" 51818

DISCLAIMER

For more information contact TV18 Broadcast Ltd and Network18 Group Companies at **bestsellers@nw18.com**

આમુખ

કોઈ પણ અઘરા વિષયને વાર્તાના સ્વરૂપે સહેલાઈથી સમજાવી શકાય છે. ભારતમાં તો દાદા-દાદી પાસે વાર્તાઓ સાંભળવાની પરંપરા છે. તેમની પાસેથી નીતિમૂલ્યો દર્શાવતી વાતો સાંભળવા મળે છે. પંચતંત્રની વાર્તાઓ વાંચીને બાળકો મોટાં થાય છે. યુવાનીમાં પ્રવેશ્યા પછી, અને લગભગ આખી જિંદગી, હિન્દી ફિલ્મોની આપણા પર ઘણી અસર રહેતી હોય છે.

કલ્પેશ આશરે આ પુસ્તકમાં હિન્દી ફિલ્મની સ્ટોરી કહેતા હોય એમ પર્સનલ ફાઇનાન્સના વિવિધ મુદ્દાઓ સમજાવ્યા છે અને કથાકથનનો ખૂબીપૂર્વક સફળ ઉપયોગ કર્યો છે.

જીવનનાં ઉચ્ચ શિખરો સર કરવા થનગનતાં બે યુવા પ્રેમીપંખીડાંની વાત આ વાર્તામાં કરવામાં આવી છે. તેમની જિંદગીમાં આવતા ઉતાર-ચડાવ, તેમાંથી હેમખેમ પાર ઉતરવા માટેની તેમની મહેનત, અયોગ્ય નાણાકીય નિર્ણયો લેવાઈ જાય અને આર્થિક બાબતોમાં બેદરકારી રાખવામાં આવે તો તેનાથી ઊભી થતી સમસ્યાઓ અને તેમાંથી માર્ગ કાઢવા માટેની જહેમત, એ બધું જ આ પુસ્તકમાં છે.

કલ્પેશભાઈનું પુસ્તક અદ્‌ભુત સફળતા પામે અને તેઓ ઉત્તરોત્તર પ્રગતિ કરતાં રહે એવી કામના સાથે હું વિરમું છું.

ગૌરવ મશરૂવાળા

સૌનો ખૂબ ખૂબ આભાર

સૌથી પહેલાં તો ઉપરવાળાનો પાડ માનું છું. દૈવી શક્તિની સહાય વગર કોઇ પણ કાર્ય પાર પડતું નથી. તેનાથી જ મનુષ્યને યોગ્ય અને સાચા માર્ગ પર જવાની પ્રેરણા અને શક્તિ પ્રાપ્ત થાય છે.

મારા તડકા-છાયડામાં મને સાથ આપનારી અને આ પુસ્તકની સર્જનપ્રક્રિયામાં તંતોતંત જોડાયેલી મારી જીવનસાથી પારુલનો આભાર તો માનવાનો જ હોય; અને એ તેની હકદાર પણ ચોક્કસ છે.

મારા જીવનનાં 'હૉલીવૂડ અને બોલીવૂડ' - દીકરી અનુષ્કા અને દીકરો આર્યન પણ આ કાર્યમાં સહભાગી બન્યાં છે. એમણે મહત્ત્વના તબક્કે વાર્તાને યોગ્ય વળાંક આપવામાં મહામૂલું યોગદાન આપ્યું અને લેખક તરીકે મને એ ઘણું જ કામે આવ્યું.

"બસ કર બેટા....હજી કેટલું લખશે!" એવા પ્રેમાળ શબ્દોથી સતત મારી કાળજી રાખનારાં મારાં માતાપિતાના આશીર્વાદ થકી આ કાર્ય સંપન્ન થઈ શક્યું છે.

ફાઇનાન્શિયલ પ્લાનિંગની વાત આવે ત્યારે જેમનું નામ લખ્યા વગર રહેવાય જ નહીં એવા મારા ગુરુ કહો તો ગુરુ અને દોસ્ત કહો તો દોસ્ત ગૌરવ મશરૂવાળાએ મને સતત પ્રેરણા આપી છે. નાણાકીય જગતની આંટીઘૂંટીઓ સરળ શબ્દોમાં સમજાવવાની ખૂબી મેં તેમની પાસેથી જાણી છે.

આ પુસ્તકના ગુજરાતી અનુવાદ માટે હું અપૂર્વ દવે, જિતેન્દ્ર ત્રિવેદી, જયેશ ચિતલિયા એમનો ખુબ-ખુબ આભાર માનું છુ.

આ ઉપરાંત, મારા અંગત અને વ્યવસાયી જીવનમાં મળેલી કેટલીક વ્યક્તિઓના આધારે પાત્રો તૈયાર થયાં છે. આ કાર્યમાં પ્રત્યક્ષ-પરોક્ષ રીતે સહયોગી અને સહાયરૂપ થયેલા તમામ લોકોનો હું ઋણી છું.

શુક્રિયા....કરમ....મહેરબાની....

કલ્પેશ આશર

પ્રસ્તાવના

બૉલીવૂડની લોકપ્રિય ફિલ્મ – 'બૉર્ડર'માં એક ફેમસ ડાયલોગ છે: "શાંતિના વખતમાં તમે જેટલો વધારે પરસેવો પાડો એટલું ઓછું લોહી યુદ્ધમાં વહે છે."

એ ફિલ્મ જોઈ ત્યારથી આ ડાયલોગનો મારા પર ઊંડો પ્રભાવ રહ્યો છે. આપણે જે પરિસ્થિતિ માટે કોઈ તૈયારી રાખી ન હોય અને તેનાં પરિણામો શું આવશે તેની પણ ખબર ન હોય એવી આપણા જીવનની અનેક પ્રિય અને અપ્રિય ઘટનાઓમાં આ બાબત જોઈ–અનુભવી શકાય છે.

આજના કટ્ટર સ્પર્ધાના અને ભૌતિકવાદી યુગમાં આ વાત વધુ અગત્યની બની જાય છે. નાણાકીય જગત હવે ઘણું જ જટિલ બની ગયું છે. નાણાકીય વિષયોની અને પ્રૉડક્ટ્સની વિવિધતા અચરજ પમાડે છે. સંપત્તિ રળવા માટે દરેકને સૌથી વધુ ઝડપી અને સૌથી વધુ સહેલો રસ્તો જોઈતો હોય છે.

સંપત્તિ રળવામાં અને પોતાનાં સ્વપ્નોને સાકાર કરવાની મહત્ત્વાકાંક્ષા રાખવામાં કંઈ ખોટું નથી, પરંતુ તેને લીધે તમારી વર્તમાન જીવનશૈલી બગડવી જોઈએ નહીં તથા ભવિષ્ય પર નઠારી અસર થવી જોઈએ નહીં.

હું નાણાકીય પંડિત કે જીવન જીવવાની જડીબુટ્ટી બતાવનાર ઉપદેશક નથી, પરંતુ અંગત અનુભવોના આધારે મેં જોયું છે કે મારી કારકિર્દીની શરૂઆતમાં લેવાયેલા અને ન લેવાયેલા કેટલાક નિર્ણયોને લીધે પછીથી પસ્તાવું પડ્યું છે.

મારા અંગત અનુભવ, ઉપરાંત નાણાકીય આયોજનના વ્યવસાયમાં મળેલા અનુભવને કારણે મને ખબર પડી છે કે ઘણા લોકો નાણાં રળવા, ખર્ચવા અને રોકાણ કરવાની બાબતે અનેક પ્રકારના મત ધરાવે છે. કેટલાક લોકો માટે આ પ્રવૃત્તિ આનંદદાયી પ્રવાસ જેવી હોય છે, જેમાં તેમને સંતોષ અને

ગૌરવની અનુભૂતિ થતી હોય છે, જ્યારે બીજા કેટલાક લોકો માટે આ પ્રવૃત્તિની યાદ પણ પીડાદાયક હોય છે. જીવન અને નાણાકીય બાબતો પ્રત્યેના લોકોના વલણને લીધે મને ક્યારેક આશ્ચર્ય થયું છે અને ક્યારેક કંઈ સમજ પડી નથી.

થોડું મનોમંથન કરીને, થોડી અનુભૂતિથી અને ઊંડી સમજણ દ્વારા મેં આવા નાણાકીય વ્યવહારો પાછળનું કારણ લગભગ જાણી લીધું હોય એવું મને લાગે છે.

આ પુસ્તક દ્વારા મેં એવાં પાત્રો ઉજાગર કરવાનો પ્રયાસ કર્યો છે, જેઓ જીવનમાં એકસમાન સંજોગો તથા નાણાકીય વિષયોની બાબતે અલગ અલગ પ્રતિક્રિયા આપતાં હોય છે.

આખરે તો, કોઈ પણ વિષયને જાગૃતતા રાખીને અને તેનો સ્વીકાર કરીને તેના આધારે ઍક્શન લેવાનું મહત્ત્વ હોય છે.

કોઈનું પણ જીવન સંપૂર્ણપણે પરિપૂર્ણ હોતું નથી. આ જ રીતે કોઈ પણ નાણાકીય પૉર્ટફોલિયો પણ પરિપૂર્ણ હોતો નથી. તેનું કારણ છે, 'યહ દિલ માંગે મોર...'. આમ છતાં, સમજણ, સ્વીકાર અને ત્યાર બાદ અમલ એ ત્રણે ઘટકોના આધારે આપણે આપણા જીવનને અને નાણાકીય બાબતોને ભલે પરિપૂર્ણ બનાવી શકીએ નહીં, પણ તેમને પરિપૂર્ણતાની નજીક જરૂરથી લઈ જઈ શકીએ છીએ!

આ પુસ્તક મારફતે મેં મારી લાગણીઓ અને વિચારોને દિલ ખોલીને આપની સમક્ષ રજૂ કર્યાં છે.

કલ્પેશ આશર

અનુક્રમણિકા

ફિલ્મ
યોર્સ ફાઈનાન્શિયલી
જવાની દીવાની

કૉલેજમાં 'રોઝ ડે' હતો. રોમિયો અને જુલિયેટ બનવાનો તરવરાટ ધરાવતાં યુવાન-યુવતીઓ એકબીજાને ગુલાબ આપી રહ્યાં હતાં. રોહને શ્વેતાને ગુલાબની સાથે સાથે સરસ મજાની કાંડા ઘડિયાળ પણ ભેટમાં આપી. શ્વેતાની સાથે સાથે રોહનના મિત્રોને પણ તેનાથી આશ્ચર્ય થયું. જે દોસ્તારે ક્યારેય પોતાના ખાસ મિત્રોને એક આઇસક્રીમ પણ ખવડાવી નથી એણે ગર્લફ્રેન્ડને મોંઘીદાટ ઘડિયાળ ભેટમાં આપી છે એવી ચણભણ એના મિત્રોમાં થવા લાગી.

શ્વેતાના મોંમાંથી પણ નીકળી ગયું, "રોહન, આટલો ખર્ચ કરવાની જરૂર ન હતી. વારેઘડીએ આવી રીતે તું મોંઘી ગિફ્ટ આપવા માટે તારા પપ્પાના પૈસા બગાડે એ સારું નહીં. મારે આ બધી બિનજરૂરી વસ્તુઓ નથી જોઈતી!"

રોહન અને શ્વેતા અલગ અલગ સામાજિક સ્તરનાં હતાં. કૉલેજમાં એમનું આ છેલ્લું વર્ષ હતું. એમની રોમાન્ટિક સ્ટોરી હજી એક વર્ષ પહેલાં જ શરૂ થઈ હતી.

રોહન શું આ બધું શ્વેતાને રિઝવવા માટે કરતો હતો?

'જો એવું હોય એમાં ખોટું શું છે', એવું કોઈ કહેશે. જોકે, એવું ન હતું. એ બન્નેનો પ્રેમ પહેલી

નજરનો હતો. તેઓ એક વર્ષ પહેલાં જ એકબીજામાં ઓતપ્રોત થઈ ગયાં હતાં. આમ છતાં રોહન ધૂમ ખર્ચ કરી રહ્યો હતો!

રોહનના સ્વભાવ વિશે કહેવાનું કે એ તરવરિયો, જોશીલો અને ખુશમિજાજી યુવાન હતો. તેના જીવનની ફિલસૂફી આ શબ્દોમાં વર્ણવી શકાયઃ "મૈં ઉડના ચાહતા હૂં, દૌડના ચાહતા હૂં, ગિરના ચાહતા હૂં, બસ રુકના નહીં ચાહતા."

"હારકર જિતને વાલે કો બાઝીગર કહતે હૈ," એ એનો મનગમતો ડાયલોગ હતો.

રોહન દબદબા સાથે જીવવાવાળો માણસ હતો.

ખરું પૂછો તો એ મધ્યમ વર્ગીય પરિવારનો હતો, છતાં એના બધા ખર્ચા એના પપ્પા પૂરા કરતા હતા. તેઓ નિકાસ કરનારી એક કંપનીમાં છેલ્લાં ૩૦ વર્ષથી કામ કરતા હતા અને હવે સીનિયર અકાઉન્ટન્ટ પદે હતા. તેમને એક જ આશા હતી કે દીકરાને આજે નહીં તો કાલે પોતાની જવાબદારીઓનું ભાન થશે.

રોહનને એની મમ્મી અનેક વાર ટોકતી, "દીકરા, આપણી ચાદર હોય એટલી જ સોડ તાણવાની હોય." પણ સાંભળે એ બીજા. વીસ વર્ષની ઉંમરનો કયો છોકરો આજે મમ્મીનું કહ્યું માને છે? રોહનની દૃષ્ટિએ મધ્યમ વર્ગના માણસ તરીકે જીવવા પ્રત્યે અણગમો હતો. એ હંમેશાં વાસ્તવિકતાની ચાર દીવાલોની બહાર જ રહેવાનું પસંદ કરતો.

બીજી બાજુ, શ્વેતા રોહન કરતાં સાવ અલગ હતી. એ નાની ઉંમરે પરિપક્વ થઈ જવા ઉપરાંત તેનું બૌદ્ધિક સ્તર ઘણું ઉંચું હતું. તેનામાં આત્મવિશ્વાસ ઠાંસોઠાંસ ભરેલો હતો અને એ આત્મનિર્ભર રહેવામાં માનતી હતી. એમ તો રોહનના પરિવારની સરખામણીએ તેનો પરિવાર થોડો વધુ સંપન્ન હતો અને નાનપણમાં તેની મોટાભાગની ઈચ્છાઓ પૂરી થતી. આમ છતાં, જ્યારથી એ સમજણી થઈ હતી ત્યારથી એ પોતાના પગ પર ઊભા રહેવામાં જ ગૌરવ માનતી. આથી એણે કૉલેજના અભ્યાસની સાથે સાથે મીડિયા-એડવર્ટાઇઝિંગ કંપનીમાં પાર્ટ ટાઇમ માર્કેટિંગ એક્ઝિક્યુટિવ તરીકેનું કામ કરવાનું શરૂ કરી દીધું.

શ્વેતાના આ સ્વભાવનું ખરું શ્રેય તો તેના પિતાને જાય છે. તેઓ જાતમહેનતે સફળ બિઝનેસમેન બન્યા હતા. આથી જ દીકરી માટે તેઓ પ્રેરણારૂપ બન્યા અને પિતાના ગુણ દીકરીમાં આવ્યા.

રોહન અને શ્વેતાના સ્વભાવ અને વર્તન વચ્ચે આટલું બધું અંતર હોવા છતાં તેઓ પહેલી જ મીટિંગમાં કેમ મોહિત થઈ ગયાં? તેમને બન્નેને બૉલીવૂડનું ઘેલું હતું. તેમની આ સમાન રુચિ તેમને નજીક લઈ આવી હતી.

ભારતના કરોડો લોકોના જીવનમાં અનોખું સ્થાન ધરાવતા બૉલીવૂડે આ યુવા દિલોને ભેગાં કર્યાં. આમ છતાં ગયા વર્ષે શ્વેતાએ રોઝ ડેના દિવસે રોહનનું રોઝ સ્વીકાર્યું ન હતું, ફેંકી દીધું હતું. પછી તો રોહને એકદમ બૉલીવૂડ સ્ટાઇલમાં તરત જ બીજું પગલું ભર્યું.

એણે બીજું રોઝ ગજવામાંથી કાઢ્યું અને શ્વેતાની સામે ધર્યું અને તેની આંખોમાં આંખો પરોવીને રોમાન્ટિક અદામાં કહ્યું, “હારકર જીતને વાલે કો બાઝીગર કહતે હૈ.” આખરે શ્વેતા દિલ હારી બેઠી અને એક રોઝ તેમના જીવનમાં પ્રેમની ફોરમ પ્રસરાવી ગયું. આ એક નાટ્યાત્મક દશ્ય હતું.

રોહનને જય નામનો એક જિગરી મિત્ર હતો. તેઓ બન્ને નાના-મોટા જુગાડ કરીને પૈસા મેળવી લેતા. તેમાં કોઈ કામ ગેરકાનૂની ન હતું, એ વાત પણ ખરી. શ્વેતા માટેની અનેક ભેટો પણ આ જ નાણાંમાંથી આવતી.

જય અને રોહનની જોડી અમુક સાહસોમાં સફળ થતી અને અમુકમાં તેમને નિષ્ફળતા મળતી.

કૉલેજનું છેલ્લું વર્ષ આવી ગયું હતું. મિત્રો સાથે ધિંગામસ્તી કરવી, મ્યુઝિક કન્સર્ટ્સમાં જવું, ખાણીપીણીના સ્ટૉલ પર ચટરપટર ખાવું, બાઇક પર ફર્યે રાખવું, વગેરે અનેક રીતે એમણે ઘણી મજા કરી. આમ છતાં રોહન અને શ્વેતા જ્યારે મળતાં ત્યારે ભવિષ્ય વિશે ગંભીરપણે વિચાર કરવા લાગી જતાં.

ક્યારેક તેઓ એકસરખું ચાલ્યે રાખતાં અને કૉલેજ પછીના જીવન વિશે ગહન ચર્ચા કરતાં.

એમની વાતોમાં એકબીજાની કારકિર્દી ઉપરાંત સગાઈ અને લગ્ન માટેના યોગ્ય સમય અને નવા ઘરમાં પ્રવેશ સુધીની વાતો આવી જતી.

રોહન તો પૂરેપૂરો આશાવાદી હતો અને તેથી તેને ભવિષ્યની કોઈ ચિંતા સતાવતી ન હતી, પરંતુ શ્વેતાને આ વિષયે વધુ ગંભીરપણે અને વ્યવહારુ રીતે વિચારવાનું ગમતું.

રોહનને દુબઈ જઈને ત્યાં જ કારકિર્દી ઘડવાની અને પૈસા કમાવાની પહેલેથી જ ઘણી ઈચ્છા હતી. દુબઈની ઝાકઝમાળ એની આંખોને આંજી ગઈ હતી. વળી, એણે ટૂંકા ગાળામાં ધનવાન બની ગયાની વાતો પોતાના અનેક મિત્રો પાસેથી સાંભળી હતી.

આથી હાલ તેનું ભાવિ આયોજન દુબઈમાં જઈને ભાગ્ય ઘડવા પૂરતું સીમિત હતું.

શ્વેતા સ્વાવલંબી જીવન જીવવા ઈચ્છતી હતી. તેનો આગ્રહ હતો કે લગ્ન પછી તેની પાસે પોતાનું એક ઘર હોવું જોઈએ. શરૂઆતમાં ભાડાનું ભલે હોય, પણ તેમનું સ્વતંત્ર ઘર હોવું જોઈએ. જોતજોતામાં કૉલેજના છેલ્લા દિવસો પણ પૂરા થઈ ગયા.

બી.કૉમ.ની પરીક્ષા શ્વેતા માટે તો રમતવાત હતી, પણ રોહન માટે થોડી અઘરી હતી.

બન્નેએ ગ્રેજ્યુએશન પૂરું કર્યું અને હવે કારકિર્દીની વિશાળ દુનિયામાં તેમની પા-પા પગલી શરૂ થઈ હતી. એમણે પાસ થયા પછી પોતાના ભવિષ્ય માટે શું કરવું તેની લાંબી યાદી તૈયાર કરી રાખી હતી.

સ્વાભાવિક છે કે એકબીજાના વાલીઓને લગ્ન માટે રાજી કરવાનું કામ તેમાં મોખરે હતું. પરિણય પર મંજૂરીની મહોર લાગી ગયા પછી કૅરિયરના પથ પર પ્રયાણ કરવાનું એમણે નક્કી કરી રાખ્યું હતું.

શ્વેતાનો આગ્રહ હતો કે રોહને પોતાના તરંગી આઇડિયામાં ખોવાયેલા રહેવાને બદલે કોઈ નક્કર કામે લાગી જવું, કારણકે તેને ખબર હતી કે રોહનને પપ્પાની સામે લાવશે ત્યારે તેઓ પહેલાં એ જ પૂછશે, "શું કામ કરો છો બેટા?" પપ્પા આવું પૂછે ત્યારે રોહનનો જવાબ તેમને પહેલા જ બૉલમાં ક્લીન બૉલ્ડ કરી નાખે એવો હોવો જોઈએ એવું એનું કહેવું હતું.

બીજી બાજુ, રોહનને શ્વેતાની મુલાકાત પોતાનાં માતાપિતા સાથે કરાવવા બાબતે કોઈ ચિંતા ન હતી. શ્વેતાનું ઠાવકાપણું અને સાલસ સ્વભાવ જોઈને તેઓ પળવારમાં માની જશે એવો એને વિશ્વાસ હતો.

રોહનને તેના પિતાની જેમ કોઈ સાદી કેરિયર બનાવવી ન હતી. એ તો કોઈક મોટો કૂદકો મારી શકાય એવી તકની શોધમાં હતો.

દરમિયાન, તેના મિત્ર જયને દુબઈમાં રહેતા પિતરાઈ ભાઈનો ફોન આવ્યો અને તેને દુબઈમાં કન્સ્ટ્રક્શનના બિઝનેસમાં જોડાવાનું કહ્યું. દુબઈ જવા માટે તો રોહન આતુર હતો, પણ નસીબે જયને એ તક આપી.

રોહનની કારકિર્દી દુબઈમાં જ ઘડાશે એવું શ્વેતા માનતી ન હતી. આમ છતાં એણે તેને નિરુત્સાહ કરવાનું ટાળ્યું. તેને જવું હોય તો ભલે જાય એવો શ્વેતાનો અભિગમ રહ્યો. આ જ તો શ્વેતાની ખાસિયત હતી.

અનેક બાબતોમાં તેના વિચાર રોહન કરતાં અલગ હોવા છતાં એ ક્યારેય પોતાના વિચારો તેના પર લાદતી નહીં. વળી, રોહન પણ તેને નિરપેક્ષ પ્રેમ કરતો અને તેની લાગણી દુભાઈ જાય નહીં એ વાતનું ધ્યાન રાખતો.

માતાપિતા સાથે મુલાકાત કરી લેવા માટે રોહન અધીરો બની ગયો હતો. એ દિવસ નજીક આવી ગયો હતો, પરંતુ "શું કામ કરો છો બેટા?" એ સવાલનો જવાબ હજી એની પાસે ન હતો.

તેને સ્ટૉક માર્કેટમાં સટ્ટા ખેલીને કે રિયલ એસ્ટેટના બ્રોકરેજ બિઝનેસ દ્વારા અથવા મલ્ટિ લેવલ માર્કેટિંગ દ્વારા ઝડપથી નાણાં કમાવાની તક વિશે જાણ હતી.

એક સમયે એણે સ્ટૉક ટ્રેડિંગનું જ્ઞાન ન હોવા છતાં ટિપના આધારે ટ્રેડિંગ કર્યું હતું. સદ્‌નસીબે તેમાં તે નાણાં ગુમાવતાં પહેલાં બહાર આવી ગયો. શ્વેતાને મોંઘી ભેટ આપવા માટે એને પૈસાની જરૂર હોવાથી એણે થોડી જ ખોટ ગઈ હતી એવા સમયે શૅર વેચી માર્યા હતા અને નસીબજોગે એ બચી ગયો હતો, કારણકે એણે શૅર વેચ્યાના બીજા જ દિવસે 'ઇન્ટરનેટ બૂમ'નો ફુગ્ગો ફૂટી ગયો હતો.

રોહન એ અનુભવ પરથી બોધપાઠ લઈને હવે એવા કોઈ રસ્તે જવા તૈયાર ન હતો.

જોકે, તેને દુબઈ જવાની તીવ્ર ઈચ્છા હોવાથી એણે જયને વારંવાર ફોન કરીને પૂછપરછ ચાલુ રાખી હતી.

આખરે શ્વેતાનાં માતાપિતાને મળવાનો દિવસ નજીક આવી ગયો. શ્વેતાએ રોહનની બેચેની દૂર કરવાનો પ્રયાસ કર્યો. કોઈક જાદુ થઈ જાય અને પોતાનાં મમ્મી-પપ્પા માની જાય એવી તેની મનોમન પ્રાર્થના ચાલુ હતી.

ભગવાને તેની અરજ સાંભળી લીધી હોય એમ મીટિંગની પહેલાંના દિવસે રોહનને દુબઈથી જયનો ફોન આવ્યો. એણે કહ્યું કે દુબઈમાં એક પ્રતિષ્ઠિત મીડિયા-ઍડવર્ટાઇઝિંગ કંપનીમાં તેના માટે ત્રણ મહિનાના પ્રૉબેશનવાળી એક નોકરીની વ્યવસ્થા થઈ ગઈ છે.

જોકે, શ્વેતા એ જ ફીલ્ડમાં કામ કરતી હોવાથી રોહન પોતાને બદલે શ્વેતા માટે એ નોકરી પસંદ કરશે કે કેમ એવો સવાલ તેના મનમાં જાગ્યો અને એણે નિર્ણય રોહન પર છોડ્યો.

રોહને પણ પ્રામાણિકપણે શ્વેતાને બધી વાત કરી અને કહ્યું કે ખરેખર તો આ જૉબ શ્વેતા માટે જ લાયક છે. શ્વેતાએ પોતાના સ્વભાવ પ્રમાણે સાહજિકતાથી કહ્યું, “મેં ભગવાન પાસે જે માગ્યું એ મારા માટે નહીં, આપણા માટે માગ્યું હતું. જા, રોહન જા, જી લે અપની જિંદગી!”

રોહન આંસુ રોકી ન શક્યો. ભાવવિભોર થઈને એ શ્વેતાને ભેટી પડ્યો. તેને પોતાની પ્રગતિનો માર્ગ ખૂલતો દેખાવા લાગ્યો અને એણે તરત જ જયને જવાબ આપી દીધો કે એ આવી રહ્યો છે.

ત્યાર પછી થયેલી મીટિંગમાં રોહન-શ્વેતાનાં લગ્ન માટે સંમતિ ન મળે તો જ નવાઈ એવું થઈ ગયું, કારણકે રોહનને સરસ મજાની નોકરી મળવાની હતી.

“શું કામ કરો છો બેટા?” એ સવાલ જેવો પુછાયો તેવો જ એણે શ્વેતાના પપ્પાને જવાબ આપ્યો, “અત્યારે તો હું કંઈ કરતો નથી, પરંતુ હવે મારું નસીબ ચમકવાનું છે; આપણા દેશમાં નહીં પરદેશમાં.”

શ્વેતાના ચહેરા પર છવાઈ ગયેલી ચમક એનાં માતાપિતાથી અજાણ રહી નહીં. તેમને ભાવિ જમાઈ પાસે સારી નોકરી હોય એ જ આશ્વાસન જોઈતું હતું.

રોહનના વડીલોને તો સુંદર, સુશીલ, સમજદાર, સાલસ - પરફેક્ટ પુત્રવધૂ મળવાની હતી અને તેથી તેઓ રાજીના રેડ થઈ ગયા.

આ અનોખી જોડીનાં સપનાં સાકાર થતાં દેખાવા લાગ્યાં. તેમની સગાઈની તારીખ પણ નક્કી થઈ ગઈ અને રોહન દુબઈ જાય એની પહેલાં જ લગ્ન થઈ જાય એ માટેની તૈયારીઓ થવા માંડી.

રોહન અને શ્વેતા બન્ને બૉલીવૂડનાં આશિક હોવાથી તેઓ પોતાના જીવનનો આ પ્રસંગ યશ રાજ ફિલ્મ્સનાં સેટિંગ્સ જેવો દેખાય એવું ઈચ્છતાં હતાં, પરંતુ એ પરવડે એમ ન હતું.

આથી એમણે સગાઈ અને લગ્નની ઉજવણી સાદગીથી અને સંગીતના કાર્યક્રમમાં ખરી ધમાલ અને ખર્ચો કરવાનું નક્કી કર્યું. ખરું પૂછો તો આ નિર્ણયનું શ્રેય શ્વેતાને જ આપવું પડે, કારણકે એના પિતા તો ધામધૂમથી લગ્ન કરવાની સ્થિતિમાં હતાં, પરંતુ રોહનનાં માતાપિતાને કોઈ મૂંઝવણ ન થ ાય એ માટે એણે રોહનને સાદગીથી પ્રસંગ ઊજવવા માટે મનાવી લીધો હતો.

બૅન્ડ-બાજાં-બારાતનો સમય આવી ગયો. કોઈ બ્લૉકબસ્ટર બનનારી ફિલ્મના પ્રીમિયર જેટલી શાનથી રોહન અને શ્વેતાનો સંગીતનો કાર્યક્રમ યોજાયો અને તેમાં તેઓ મન મૂકીને નાચ્યાં. ભરપૂર મોજ-મસ્તી, ખાણીપીણી અને ધમાકેદાર મ્યુઝિકે પ્રસંગને યાદગાર બનાવ્યો.

નક્કી થયા મુજબ લગ્નપ્રસંગ સાદગીથી ઊજવાયો અને વિશ્વાસ, પારદર્શકતા અને વફાદારીના કૉલ સાથે બન્નેએ ફેરા ફર્યા. દરેક ફેરા વખતે શ્વેતા આશાભરી નજરે રોહનની સામે જોતી હતી અને રોહન શ્વેતાને દુનિયાની બધી જ સુખ-સાહ્યબી અપાવવાનાં શમણાં જોતો હતો.

લગ્નને પંદર જ દિવસ થયા ત્યાં રોહને દુબઈ જવાનો સમય આવી ગયો. શ્વેતા માર્કેટિંગ એક્ઝિક્યુટિવની નોકરી ચાલુ રાખવાની હતી, કારણકે રોહનની નોકરીમાં ત્રણ મહિનાનો પ્રૉબેશન પીરિયડ હતો. એ પૂરો થયા પછી કાયમી નોકરી મળ્યા બાદ બન્ને સાથે દુબઈમાં રહેવાનાં હતાં.

તડતડિયા ભમરડા જેવા રોહને દુબઈમાં પગ મૂકતાં પહેલાં જ ભાવિ આયોજન કરી રાખ્યું હતું. થોડો વખત નોકરી કરવી અને તેની સાથે સાથે દુબઈમાં પગદંડો મજબૂત બનાવીને સ્થાયી થવું અને દુબઈમાં જ વસીને પોતાનો જ કોઈ બિઝનેસ કરવો એવું તેનું આયોજન હતું.

એણે પ્રેમિકામાંથી જીવનસંગિની બનેલી શ્વેતાને આ વાત કરી. રોહનનો પ્લાન જાણીને તેને કોઈ ન વાઈ ન લાગી, છતાં એણે તેને સમજાવવાનો પ્રયાસ કરતાં કહ્યું, "મને ખબર છે કે તારે સફળતાની સીડી પર સડસડાટ દોડી જવું છે, પરંતુ ઉતાવળમાંય થોડો સમય તો લાગતો જ હોય છે."

રોહને દર વખતની જેમ શ્વેતાને આશ્વાસન આપતાં કહ્યું, "મને મારા પર પૂરો ભરોસો છે એટલે તારે જરા પણ ચિંતા કરવી નહીં."

શ્વેતાએ એ વાત પછી આગળ ન વધારી. તેને લાગ્યું કે કદાચ તેની વાતોથી રોહન પોતાની કારકિર્દી ઘડવા જઈ રહ્યો છે એવા વખતે નિરાશ થઈ જશે. લગ્નની ખુશીમાં રોહનની દુબઈ જવાની ખુશીનો પણ ઉમેરો થયો.

આખરે એ દિવસ આવી ગયો. તેની પહેલી ફોરેન ટ્રિપ હોવાથી તેના મિત્રો અને પરિવારજનોનું આખું ઝુંડ ઍરપોર્ટ પર વિદાય આપવા ગયું હતું.

રોહન અને શ્વેતા માટે આ ઘણી જ આકરી પળ હતી. એમણે મહામહેનતે એકબીજા માટે થોડી સેકન્ડો મેળવી લીધી.

રોહને દર વખતની જેમ શ્વેતાનો હાથ પોતાના હાથમાં લઈને વાત શરૂ કરી. એણે આત્મવિશ્વાસપૂર્વક તેની આંખોમાં જોયું અને કહ્યું, "શ્વેતા, આપણે દુબઈમાં ઘણી પ્રગતિ કરીશું. થોડા જ વખતમાં હું તને ત્યાં બોલાવી લઈશ. કોઈ પણ હાલતમાં મને તારા વગર જરાય નહીં ગમે."

શ્વેતાએ પણ રોહનની હથેળી પર વધુ જોર આપીને પોતાનો વિશ્વાસ વ્યક્ત કર્યો, "રોહન, મને તારા પર પૂરો ભરોસો છે. જ્યારે જે થવાનું હશે તે થશે, તું જરાય ઉતાવળ નહીં કરતો. હું હંમેશાં તારી સાથે જ છું."

રોહનના પિતાએ ક્યારેય દીકરાને વાર્યો ન હતો, પરંતુ આજે પોતાની જાતને રોકી શક્યા નહીં. એમણે તેને ભેટીને કાનમાં કહ્યું, "ભગવાન તારી બધી ઈચ્છાઓ અને આકાંક્ષાઓ પૂરી કરે, પણ સ્વપ્નો સાકાર કરવાની લાંયમાં ક્યારેય એવું કામ ના કરતો કે રાતે તને શાંતિથી નીંદર પણ ન આવે."

રોહન પણ ઈમોશનલ થઈને માતા-પિતાને ભેટી પડ્યો અને કયા શબ્દોમાં માતાપિતાની રજા લેવી એ સમજાયું નહીં. મમ્મી-પપ્પા બન્નેએ તેને ભરપૂર આશીર્વાદ આપીને ખુશીખુશી વિદાય કર્યો.

લાગણીઓના વહેણોની વચ્ચે દુબઈની ઝાકઝમાળ રોહનના અર્ધજાગૃત મનમાં નવો થનગનાટ લાવી રહી હતી અને એ જ ઉમંગ સાથે એ પરદેશની ધરતી પર પગ મૂકવા રવાના થયો.

ફિલ્મ
યોર્સ ફાઇનાન્શિયલી
પરદેસ

વેલકમ ટુ દુબઈ....

સ્વપ્નો સાકાર કરતી અને ભરપૂર તકો આપતી આ ભૂમિમાં દરેકની આકાંક્ષાઓ અહીંની ઉત્તુંગ ઈમારતો જેવડી જ ઉંચી છે.

ઍરપોર્ટ પર જય રોહનનું સ્વાગત કરવા માટે હાજર હતો. જય ખૂબસુરત નેવી બ્લ્યુ જેગુઆરમાં પોતાના દોસ્તને લેવા આવ્યો હતો.

“યાર જય, તુ તો બડા આદમી બન ગયા યાર...,” રોહન અંજાઈ ગયેલી આંખે કાર જોતાં જોતાં બોલ્યો અને તેનો હાથ સહજ રીતે જયની પીઠ થાબડતો હોય એમ ફર્યો.

જય બોલ્યો, “હા, બાત તો સહી હૈ, લેકિન બહુત મહેનત કરની પડી હૈ યાર, પિછલે એક સાલ મેં દિન-રાત દેખે બિના કામ કિયા હૈ...”

રોહન વચ્ચેથી જ બોલ્યો, "નો વે, યહાં ભી તુને કોઈ જુગાડ કિયા હોગા!"

જયે ખુમારીપૂર્વક જવાબ આપ્યો, "હોય કંઈ. મારા કઝીનની અહીં ઘણી મોટી કન્સ્ટ્રક્શન કંપની છે અને એણે સરસ મજાનો ધંધો જમાવ્યો છે."

...અને જરા વિરામ લઈને કહ્યું, "ખરું કહું, આ ગાડી કઝીનની જ છે. હું તને લેવા આવવાનો હતો તેથી તને ઇમ્પ્રેસ કરવા માટે થોડાક કલાક ગાડી ચલાવવા લીધી છે. બસ, આટલો જ જુગાડ કર્યો છે."

બન્ને મિત્રો આ વાતે હસી પડ્યા અને એકબીજાને કહ્યું, "હમ નહીં સુધરેંગે!"

ઍરપોર્ટથી ઘરે જતી વખતે રોહન દુબઈની બહુમાળી ઇમારતોની હારમાળા જોઈને આભો બની ગયો. દુબઈની જાહોજલાલી જોઈને તેનું મન ભરાઈ ગયું.

એકદમ આવેશમાં આવીને એણે જયને કહ્યું, "બસ.... મારે આવી જ જગ્યાએ આવવું હતું.... હવે મને લાગે છે કે હું આટલાં વર્ષ ભારતમાં શું કરી રહ્યો હતો!"

આટલું કહીને એણે જયના હાથમાંથી ફોન છિનવી લઈને તરત શ્વેતાને કૉલ લગાડ્યો. રોમાંચથી ઘેલા બની ગયેલા આ નવપરિણીત યુવાને પહેલા જ વિરહનું દુઃખ ભૂલીને કહી દીધું, "જાનુ, આખરે હું અહીં પહોંચી ગયો...બહુ જ સરસ જગ્યા છે. અબ તો અપની લાઇફ ભી યહી સેટ કરની હૈ... બસ તુમ જલ્દી આ જાઓ."

શ્વેતા રોહનને ઘણો જ મિસ કરી રહી હતી અને તેથી પોતાનાં આંસુ રોકી ન શકી.

રોહન દુબઈમાં સપનાં સાકાર કરવાના કામે લાગી ગયો. પહોંચ્યાના બીજા જ દિવસે તે એ જ ઍડવર્ટાઇઝિંગ ઍન્ડ માર્કેટિંગ કંપનીમાં જોડાઈ ગયો. અંદરખાનેથી થોડો નર્વસ હોવા છતાં તેના વર્તનમાં કે હાવભાવમાં ક્યાંય ફરક ન આવે એ વાતનું એણે ધ્યાન રાખ્યું. સંપૂર્ણ આત્મવિશ્વાસ સાથે એ નવી ઑફિસમાં પ્રવેશ્યો.

એ જ દિવસથી રોહન સાવ બદલાઈ ગયો.

નોકરીને હજી તો એક જ મહિનો થયો હશે ત્યાં એણે કંપનીની સીનિયર મૅનેજમેન્ટ ટીમમાં સ્થાન મેળવી લીધું. તેની ગણના એક આદર્શ સેલ્સ એક્ઝિક્યુટિવ તરીકે થવા લાગી.

'કોઈ પણ હિસાબે ક્લાયન્ટ મેળવવા' એવું સૂત્ર એણે અપનાવ્યું હતું. તેના વ્યક્તિત્વ અનુસારનું જ આ વલણ હતું. રોહન તેના મૅનેજમેન્ટનો ઘણો જ માનીતો અધિકારી બની ગયો. એને મોટા ગ્રાહકો મેળવવાની જવાબદારી સોંપવામાં આવી હતી, જે અત્યાર સુધી થઈ શક્યું ન હતું. રોહન માટે તો આ ડાબા હાથનો ખેલ હતો. લોકોના દિલમાં સ્થાન મેળવી લેવામાં એ માહેર હતો.

બીજી બાજુ, ભારતમાં શ્વેતાએ નોકરી પરથી એક મહિનાનો બ્રેક લીધો હતો. રોહન દુબઈ જવા નીકળ્યો કે તરત જ શ્વેતા કામે લાગી ગઈ. એણે ધીમી, પણ મક્કમ ગતિએ પ્રગતિ કરી લીધી અને બચતનાં નાણાંથી ઘર ખરીદવાનું સ્વપ્ન સેવ્યું.

રોહન ત્રણ મહિના માટે પ્રૉબેશન પર હતો, પરંતુ તેને પરમાનન્ટ કરવામાં તેના કરતાં તો તેની કંપનીને વધારે રસ હતો. બે જ મહિનામાં તેની નોકરી કાયમી થઈ ગઈ. રોહનને એક સાથે ત્રણ સારા સમાચાર મળ્યા. એક, તેની નોકરી પાકી થઈ ગઈ હતી અને બે, તેને સહપરિવાર રહેવાની મંજૂરી મળી ગઈ હતી. હવે શ્વેતા પણ તેની સાથે દુબઈમાં રહી શકે એમ હતું. ત્રણ, તેનો પગાર વધારી અપાયો હતો.

એકસામટી આટલી બધી ખુશખબરી હોય પછી રોહનથી શ્વેતાને ફોન કર્યા વગર રહેવાય ખરું! એણે તરત ફોન લગાડ્યો, "જાન, બૅગ પૅક કરી લે! હવે આપણે પાછાં ભેગાં થવાનું છે. મેં એમિરેટ્સની ફ્લાઇટમાં ફર્સ્ટ ક્લાસની ટિકિટ કઢાવી લીધી છે; દુબઈમાં તારી એન્ટ્રી શાનદાર હોવી જોઈએ ને!" શ્વેતા રોહનને ફર્સ્ટ ક્લાસની મોંઘી ટિકિટ કઢાવવા વિશે કંઈ કહે તેની પહેલાં તો એણે ફોન કાપી નાખ્યો.

શ્વેતાના હરખનો પાર ન હતો. એણે દુબઈ જવાની તૈયારીઓ શરૂ કરી દીધી. એ લગ્ન પછી ખર્ચ કરવામાં ડગલે ને પગલે ઘણી સાવચેતી રાખતી હતી, કારણકે એણે સૌથી પહેલાં પોતાનું ઘર વસાવવાનું શમણું સેવ્યું હતું.

તેનાં મમ્મી અને સાસુ બન્નેએ તેને દુબઈ જતાં પહેલાં પોતપોતાની રીતે સલાહ-સૂચનો આપ્યાં.

દુબઈ જતાં પહેલાં એણે પોતાનાં અત્યાર સુધીનાં રોકાણોની સ્થિતિ તપાસવાનું શરૂ કર્યું. બૅન્કની ફિક્સ્ડ ડિપોઝિટમાં તેના ત્રણેક લાખ રૂપિયા જમા થઈ ગયા હતા. ટૂંકા ગાળા માટે એફડી કરાવવામાં આવી હોવાથી તેની મુદ્દત પણ પૂરી થવા આવી હતી.

હવે એ લાંબા સમય માટે દુબઈ જઈ રહી હોવાને કારણે એણે ફિક્સ્ડ ડિપોઝિટનું ફરીથી રોકાણ કરવાનું વિચાર્યું. ઇન્ટરનેટ બૂમ બાદ સ્ટૉક માર્કેટમાં ધબડકો થયા બાદ હવે ધીમે ધીમે કળ વળી રહી હતી. શ્વેતાને સ્ટૉક્સમાં રોકાણ કરવામાં ઘણો ડર લાગતો હતો. જોકે, તેને ખબર હતી કે જો એમાં યોગ્ય રીતે રોકાણ કરવામાં આવ્યું હોય તો સારું વળતર મળી શકે છે.

હવે શું કરવું એવો પ્રશ્ન તેને પજવતો હતો.

આવા સમયે તેને પ્રીતિ યાદ આવે એ સ્વાભાવિક હતું, કારણકે તેની એ ખાસ બહેનપણી નાણાકીય બાબતોમાં ઘણી જાણકાર હતી. યોગ્ય રોકાણ દ્વારા સંપત્તિનું સર્જન કરવાના વિષયમાં એ પારંગત હતી.

પ્રીતિએ શ્વેતાને મ્યુચ્યુઅલ ફંડમાં રોકાણ કરવાની સલાહ આપી. એણે લાંબા ગાળા માટે રોકાણ કરવું હતું તેથી આ જ વિકલ્પ યોગ્ય હતો. તેમાં એણે જાતે કોઈ રીતે ધ્યાન આપવાની જરૂર ન હતી. એક વખત રોકાણ કરી લીધા પછી એણે લાંબા સમય સુધી ધીરજ રાખીને રોકાણ કરવાનું હતું.

શ્વેતાને પ્રીતિ પર પૂરેપૂરો ભરોસો હતો તેથી તેની સલાહ અનુસાર એણે ઈક્વિટી મ્યુચ્યુઅલ ફંડ સ્કીમમાં રોકાણ કર્યું.

આખરે બે પ્રેમીપંખીડાંના વિરહનો સમયગાળો હવે પૂરો થવાનો હતો. એણે દુબઈ જવાની તૈયારીઓ પૂરી કરી લીધી હતી.

આ વખતની વિદાય વેળાએ ફરી તેના પિતાની આંખોના ખૂણા ભીના થઈ ગયા, કારણકે આ વખતે એ ખરા અર્થમાં 'દૂર' જઈ રહી હતી.

શ્વેતાને વિદાય આપતાં તેનાં પિતાએ કહ્યું, "હિંમત રાખજે અને યોગ્ય નિર્ણયો લેજે. તું પહેલેથી મને આદર્શ માનીને ચાલી છે અને હવે તારે જાતે જ નિર્ણયો લેવાના છે. હવે તારે પોતાની રીતે જીવન જીવવાનું છે."

શ્વેતાએ તેમને વચન આપ્યું, "હા, પપ્પા. હું મારાથી બનતા પ્રયાસ કરીશ. તમને નિરાશ નહીં કરું." દુબઈમાં રોહન અને શ્વેતાના મિલનની અને તેમના દાંપત્યજીવનની નવી શરૂઆત કરવાની ઘડી આવી ગઈ હતી.

રોહન ફ્લાઇટના લેન્ડિંગના એક કલાક પહેલાં જ ઍરપોર્ટ પર આવીને ઊભો હતો. શ્વેતાને મળવાનો રોમાંચ તેના વ્યક્તિત્વને અનેરી આભા આપી રહ્યો હતો.

પ્રેમના તાંતણે બંધાયેલા આ જીવોના મિલનથી ઍરપોર્ટ પર જાણે ચોમેર સુગંધ પ્રસરી ગઈ.

ઘરે જતાં-જતાં રોહને દુબઈના ઍરપોર્ટ પર પોતાના આગમન સમયે જોયેલી જયની 'જેગુઆર' કારથી લઈને પોતાની પહેલી નોકરી, પ્રગતિ અને મુલાકાત થવા સુધીના વિરહની ઢગલાબંધ વાતો કરી. પોતાનો રોહન હજી એવો ને એવો જ તોફાની અને તેજીલો તોખાર છે એ જોઈને શ્વેતાથી પ્રેમથી બોલી જવાયું, "તું જરાય નથી સુધરવાનો."

રોહને મુખ્યત્વે ભારતીયોની વસતિ ધરાવતા કરામા વિસ્તારમાં વન બેડરૂમ-હૉલ-કિચનનો ફ્લૅટ ભાડે રાખ્યો હતો.

શ્વેતા એ ઘરમાં પગ મૂકવા જઈ રહી હતી ત્યાં જ રોહન દોડીને ફિલ્મી અદામાં શ્વેતાના પગથી અક્ષતનો કળશ ઢોળાવવાનો વિધિ કરવા માટે ચોખા ભરેલો કળશ લઈ આવ્યો. "હમારી બહૂ કા અપને ઘર મેં સ્વાગત હૈ," એમ એણે કહ્યું અને શ્વેતા ફિલ્મી સ્ટાઇલના આ સ્વાગતથી ભાવવિભોર થઈ ગઈ.

એણે પોતાની ઈચ્છા મુજબ ફ્લૅટની સજાવટ શરૂ કરી. સુખ-સુવિધાવાળા જીવન માટેની ઝીણામાં ઝીણી જરૂરિયાત રાખવા છતાં એણે વધુપડતો ખર્ચ થઈ જાય નહીં એ વાતની તકેદારી લીધી.

પોતે પહેલી જ વાર જોયેલા શહેરમાં સ્થાયી થવાનું સહેલું હોતું નથી. અને અહીં તો એણે બધું જ જાતે કરવાનું હતું. રોહન તો વહેલી સવારે કામે નીકળી જતો અને શ્વેતાએ એકલા-એકલા જ બધી ગોઠવણ કરવી પડતી. જોકે, એણે આવા પડકારોનો સામનો કરવાની માનસિક તૈયારી પહેલેથી જ કરી રાખી હતી. થોડા જ સમયમાં બધું થાળે પડી જશે એમ એ વારંવાર પપ્પાને કહેતી રહેતી.

રોહનને શ્વેતા આવે એના એક અઠવાડિયા પહેલાં જ કંપની તરફથી નૅવી બ્લ્યુ રંગની ટોયોટા કોરોલા કાર મળી હોવાથી એ ખુશખુશાલ હતો. દરરોજ સાંજે એ ટોયોટામાં શ્વેતાને બહાર લઈ જતો. દુબઈની ઝાકઝમાળ જોઈને અને ત્યાંની પ્રખ્યાત વાનગીઓ - ફલાફલ, હમુસ, વગેરે આરોગ્યા બાદ જુમેરા બીચ પર લટાર મારીને તેઓ ઘરે પાછાં ફરતાં.

બે જ મહિનાની અંદર શ્વેતાને દુબઈ ફાવી ગયું. એણે કરામા વિસ્તારની અન્ય ભારતીય ગૃહિણીઓની સાથે દોસ્તી પર કરી લીધી હતી. જોકે, એ ગ્રુપમાં કુથલીઓ થતી જોઈને એણે ગ્રુપ સાથે અંતર વધારી દીધું.

આવા પ્રકારની કોઈ પણ નકારાત્મક પ્રવૃત્તિથી દૂર રહેવાનું એ નક્કી કરી ચૂકી હતી. તેને તો દિવસ દરમિયાન પ્રૉફેશનલ પ્રવૃત્તિ કરવામાં વધારે રસ હતો.

આથી એણે રોહનને વાત કરી, "રોહન, મારે પણ હવે કંઈક કામ શરૂ કરવું છે." રોહન તરત માની ગયો. શ્વેતા માટે કોઈ કામ શોધવાનું બન્નેએ નક્કી કર્યું. જોકે, એમાં ફૅમિલી વિઝાની સમસ્યા નડતી હતી. રોહન પર નિર્ભર વ્યક્તિ તરીકે શ્વેતાને કામ મળવાનું થોડું મુશ્કેલ હતું.

ત્રણ મહિના વીતવા છતાં કંઈ થયું નહીં. આમાં કોઈને ફરિયાદ કરવા જેવું પણ ન હતું. વળી, તેઓ એકબીજાના સહવાસમાં સુખી હોવાથી સમય બહુ સારી રીતે પસાર થઈ રહ્યો હતો. તેઓ કોઈ પણ પ્રકારના ભાવનાત્મક અને સામાજિક બંધનથી મુક્ત હતાં.

તેમની વચ્ચેના સંબંધનો સેતુ વધુ મજબૂત બન્યો.

બીજી બાજુ, રોહન મોટા-મોટા ક્લાયન્ટ મેળવવામાં સફળ થઈ રહ્યો હતો. તેમાંથી બે-ત્રણ ક્લાયન્ટ સાથે તેનો અંગત ઘરોબો પણ વિકસ્યો હતો.
તેમાંના એક હતા સંતોષ કુરિયન. તેઓ પ્રચંડ મોટા રિયલ એસ્ટેટ ડેવલપર હતા. રોહન સાથે ભેટો થયો તેના થોડા વખત પહેલાં જ એમણે દુબઈમાં બે પ્રૉજેક્ટ્સ લૉન્ચ કર્યા હતા. એમણે રિયલ એસ્ટેટ ક્ષેત્રે ઘણા ઓછા સમયમાં કરેલી પ્રગતિથી રોહન ઘણો જ પ્રભાવિત થઈ ગયો હતો.

તેની પાછળનું એક કારણ એ પણ હતું કે એ પોતે પણ દુબઈમાં રહીને આવી જ સફળતા ઝંખતો હતો.

રોહન અને સંતોષ વ્યવસાયી કામકાજની સાથે સાથે અંગત મીટિંગો પણ કરતા અને કૉફી પીતાં પીતાં નવા પ્રૉજેક્ટ્સની સંભાવનાઓ વિશે ચર્ચા કરતા. સંતોષે આ યુવાનની પ્રતિભા જોઈને તેને આડકતરો ઈશારો કરતાં કહી પણ દીધું કે તેઓ દુબઈમાં પોતાના રિયલ એસ્ટેટ પ્રૉજેક્ટ્સ લૉન્ચ કરવા માટે કોઈક તરવરિયા અને કાર્યતત્પર યુવકની શોધ કરી રહ્યા છે.

રોહન પણ સૂચિતાર્થ સમજી ગયો અને એણે સંતોષ સાથે ઉઠવા-બેસવાનું વધારી દીધું. છેવટે, જે થવાનું હતું તે જ થયું. સંતોષે રોહનને ઔપચારિક રીતે ઑફર આપી જ દીધી.

એમણે દુબઈમાં કૂદકે ને ભૂસકે વધી રહેલી રિયલ એસ્ટેટ માર્કેટમાં કાઠું કાઢવાની પોતાની મહત્ત્વાકાંક્ષાને રોહનના માધ્યમથી સાકાર કરવા માટેનું કદમ ભરી જ નાખ્યું.

રોહન પણ રિયલ એસ્ટેટ ક્ષેત્રે સર્જાઈ રહેલી અદ્‌ભુત તકોને ઓળખી ગયો હતો અને ઝડપથી શ્રીમંત થવાની તેની મહત્ત્વાકાંક્ષા પણ અહીં જ સિદ્ધ થઈ શકે એમ હતું.

સંતોષે દુબઈમાં પોતાના રિયલ એસ્ટેટ પ્રૉજેક્ટ્સ માટે માર્કેટિંગ હેડ બનવા રોહનને ઑફર આપી અને એ વખતે તેને મળતા પગારથી ત્રણ ગણા જેટલો પગાર તથા લક્ઝરી ફ્લૅટ ઑફર કર્યાં. આમ, રોહન ઉંચા પગારની સાથે સાથે ભાડાના ઘરમાંથી ૪૦ માળના ટાવરમાં પોતાના લક્ઝરી ફ્લૅટમાં રહેવા જઈ શકે એમ હતું.

આવી આકર્ષક ઑફર મળે પછી કોઈ ના પાડે નહીં, છતાં એણે પોતાના પર કાબૂ રાખીને કહ્યું કે પત્ની સાથે વાત કરીને નિર્ણય જણાવશે. શ્વેતા ઑફર લેટર જોશે ત્યારે કેવી પ્રતિક્રિયા આપશે તેનો વિચાર કરતો કરતો રોહન ઘરે પહોંચ્યો.

લેટર શ્વેતાના હાથમાં બરોબર પકડાવે તેની પહેલાં જ એ તેના રોમાંચને લીધે લેટર તેના હાથમાંથી સરકીને શ્વેતાના હાથમાં જઈ પડ્યો.

એ બોલી ઉઠ્યો, "શ્વેતા, આપણા દિવસો બદલાઈ રહ્યા છે. આ લેટર જો, આપણા ઉજ્જ્વળ ભવિષ્યની છબિ તેમાં સ્પષ્ટ દેખાઈ રહી છે."

બન્યું એવું કે શ્વેતા પણ આતુરતાપૂર્વક રોહનની રાહ જોઈ રહી હતી. એણે રોહનના ઉત્સાહને મોહક સ્મિત સાથે વધાવી લીધો અને રોહનનો હાથ પોતાના હાથમાં લઈને તેના હાથમાં એક કવર પકડાવ્યું અને કહ્યું, "આ લેટર પણ આપણી કિસ્મત બદલી નાખશે!"

થોડી વાર સુધી બન્ને શાંત થઈ ગયાં. શ્વેતાએ રોહનનો ઑફર લેટર ખોલીને વાંચવાનું શરૂ કર્યું અને તેના મોંમાંથી શબ્દો ફૂટ્યા, "રોહન, તને બીજું તો શું કહું; આઇ લવ યુ. આઇ એમ પ્રાઉડ ઑફ યુ." હરખઘેલા રોહને તરત શ્વેતાને ઉંચકી લીધી.

"અ..રે...રે.. પાડી દઈશ. જરા ઊભો રહે, મારો લેટર તો વાંચ." રોહને શ્વેતાને નીચે ઉતારીને ધીરેકથી કવર ખોલ્યું.

તેમાંનું કાગળિયું વાંચતાં જ એ અવાક રહી ગયો. એ શ્વેતાનો પ્રેગનન્સી ટેસ્ટનો રિપોર્ટ હતો. ટેસ્ટ પૉઝિટિવ આવ્યો હતો!

રોહનને સમજાયું નહીં કે હવે શું કરવું. એણે આંખોમાં ઝળહળિયાં સાથે કહ્યું, "જાન, મેં તો ફક્ત બાઉન્ડ્રી મારી, પણ તે તો સીધી સિક્સર ફટકારી દીધી!"

આ અનોખી જોડીના જીવનમાં જે બન્યું એવું ભાગ્યે જ કોઈની સાથે બનતું હશે. એક જ દિવસમાં હરખના બે મોટા સમાચાર!

તરત જ ભારતમાં ફોન જોડાયા. બન્ને પક્ષે માતાપિતાને હરખના સમાચાર અપાયા અને આનંદનો ઓચ્છવ સર્જાયો.

રોહને ખાસ મિત્ર જયને પણ બન્ને ખબર આપી અને તેની ઊજવણી માટે જયના ઘરે 'જુમ્મે કી રાત'ના મિત્રોની પાર્ટી રખાઈ.

આ સાપ્તાહિક રજાએ બધા મિત્રોએ ડબલ ધમાલ કરી.

રોહને એડવર્ટાઇઝિંગ કંપનીમાં રાજીનામું આપવાનું હતું. બૉસ માટે રોહનની આ પ્રગતિની નવાઈ ન હતી, કારણકે એમણે પોતાના અનુભવ પરથી જોયું હતું કે અત્યંત ટૂંકા સમયમાં રોહન કેટલી પ્રગતિ કરી શકે છે.

સ્વાભાવિક રીતે એમણે રોહનને રાજીનામું આપવા વિશે પુનઃ વિચાર કરવાનું કહીને વધુ પગારની ઑફર પણ મૂકી. જોકે, રોહન તો માનસિક રીતે ક્યારનોય નવી નોકરીએ લાગી ગયો હતો.

એણે મિત્રભાવે બોસ સાથે હાથ મિલાવીને રજા લીધી. બૉસે પણ તેને શુભેચ્છા આપી અને કહ્યું, "આ કંપનીના દરવાજા તારા માટે હંમેશાં ખુલ્લા જ છે."

રોહન માટે દુબઈનું રિયલ એસ્ટેટ ક્ષેત્ર સાવ નવું હતું, પરંતુ ચબરાક અને ચતુર રોહન તરત જ તેની બારીકીઓથી વાકેફ થઈ ગયો.

એણે કામ શરૂ કર્યું તેનાં બે વર્ષ પહેલાંથી દુબઈની રિયલ એસ્ટેટ માર્કેટમાં જોરદાર ઉછાળો આવ્યો હતો અને ઠેર-ઠેર ઉત્તુંગ ઈમારતો બંધાઈ રહી હતી અને ચોમેર કન્સ્ટ્રકશન ક્રેનનાં દર્શન થતાં. એ સમયે કહેવાવા લાગ્યું હતું કે દુબઈના રાષ્ટ્રીય પ્રતીકમાં બાજનું સ્થાન કન્સ્ટ્રકશન ક્રેને લઈ લીધું છે. આ સ્વપ્નનગરીમાં બંધાયેલી ગગનચુંબી ઈમારતોમાંની એકમાં ૨૬મા માળે રોહન અને શ્વેતાનું નવું ઘર હતું. રોહન ખરેખર સાતમા આસમાને હતો અને તેની કારકિર્દીનો ગ્રાફ ઉંચે ને ઉંચે જઈ રહ્યો હતો.

સંતોષે બે નવા પ્રૉજેક્ટ્સની સંપૂર્ણ જવાબદારી રોહનને સોંપી હતી. રોહન પડકારો ઝીલવા માટે

હંમેશાં તૈયાર રહેતો. દુબઈમાં પગદંડો જમાવીને બેઠેલી સ્થાનિક અને આંતરરાષ્ટ્રીય કન્સ્ટ્રક્શન કંપનીઓની સામે એણે એક ભારતીય ડેવલપરના નવા પ્રૉજેક્ટ્સને સફળ બનાવવાના હતા.

શ્વેતા પણ આ પડકારથી વાકેફ હતી; અને તેથી જ રોહનને યોગ્ય રાહે ચાલીને લક્ષ્ય સિદ્ધ કરવા માટે પ્રોત્સાહિત કરતી. તેને પાક્કી ખાતરી હતી કે જો રોહન એકાગ્રતાથી સંપૂર્ણ શક્તિ કામે લગાડી દેશે તો ગજબનું કર્તૃત્વ બતાવી શકે છે.

સમયની સાથે સાથે રોહનની કારકિર્દી પણ આગળ વધી રહી હતી. એણે નોકરી બદલ્યે રાખવાની પોતાની વૃત્તિને સંકોરીને રાખી હતી.

આવક વધવાની સાથે એણે પોતાની જીવનશૈલીને પણ ભવ્ય બનાવી દીધી હતી. કંપનીએ તેને અત્યાધુનિક સીડાન કાર આપી હતી. એણે પોતાના અપાર્ટમેન્ટમાં પણ સરસ મજાની સજાવટ કરાવી હતી, જેમાં ઝાકઝમાળ પ્રત્યેની તેની પ્રીતિ ઝળકતી હતી. મોંઘીદાટ હૉટેલોમાં જમવા જવું અને શૉપિંગમાં લખલૂટ ખર્ચ કરવો એ તેની જીવનશૈલીનો એક ભાગ બની ગયું.

ક્રેડિટ કાર્ડ તેનો બીજો ખાસ મિત્ર બની ગયું હતું.

ધીમે ધીમે રોહને ક્રેડિટ કાર્ડના માસિક બિલમાં મોટી રકમ ભરવાની આવે તો મિનિમમ રકમ ભરવાનું અને ઓછી રકમ હોય તો પૂરેપૂરી ભરી દેવાનું શરૂ કર્યું.

તેને એવો ખયાલ હતો કે 'મિનિમમ અમાઉન્ટ પૅયેબલ' નામનો વિકલ્પ ક્રેડિટ કાર્ડ કંપનીએ ઓછામાં ઓછા વ્યાજદરે આપ્યો હશે. મહિનાના બિલમાંથી નહીં ચૂકવાયેલી રકમ પર ભારે વ્યાજ ચૂકવવું પડે છે તેની એને ખબર ન હતી.

પરિણામે, તેની ક્રેડિટ કાર્ડની દેણી નીકળતી રકમ વધવા માંડી.

ક્યારેક એ રકમ ચૂકવતો અને શક્ય હોય ત્યાં સુધી ચૂકવણી ટાળતો રહેતો.

શ્વેતાને આ નવી સાહ્યબીવાળી જિંદગી ગમવા લાગી, પરંતુ તેનું મૂળ ઠાવકાપણું અને વ્યવહારકુશળતા

તેને ખર્ચ કાબૂમાં રાખવાનું કહેતાં હતાં.

આમ છતાં, બધું ઠીકઠાક ચાલી રહ્યું હોવાથી એણે રોહનને ટોકવાનું યોગ્ય માન્યું નહીં.

સંતોષના બન્ને પ્રૉજેક્ટ્સ પૂરા થઈ ગયા હોવાથી રોહન તેના માર્કેટિંગમાં ગળાડૂબ રહેવા માંડ્યો. નિશ્ચિત સમયગાળામાં બન્ને પ્રૉજેક્ટ્સ આખેઆખા વેચાઈ જાય તો રોહનને સારું એવું ઇન્સેન્ટિવ આપવાનું પ્રલોભન પણ સંતોષે બતાવ્યું હતું.

તેનાથી રોહન વધારે રાજી થઈ ગયો અને ત્રણેક મહિના સુધી તો તેના કામનો પાર ન હતો. ક્લાયન્ટ્સ સાથે મીટિંગો અને કલાકો સુધી ચાલતી વાટાઘાટો પાછળ તેને સમયનું ભાન ન રહ્યું. શ્વેતાને આ પારકા દેશમાં જ્યારે રોહનની વધારે જરૂર હતી એવા સમયે જ એ હાજર રહેતો નહીં તેથી શ્વેતાને એકલું લાગવા માંડ્યું હતું. વળી, તેને છેલ્લા દિવસો જઈ રહ્યા હતા.

સદ્‌નસીબે જય અને તેની પત્ની ટીના બે ટાવર બાજુમાં જ રહેવા આવી ગયાં હતાં. ટીનાને શ્વેતા સાથે સારું ફાવી ગયું હતું અને થોડા જ વખતમાં તેમની વચ્ચે ગાઢ મૈત્રી વિકસી હતી. તેઓ પોતાના મનની દરેક નાની-મોટી વાતો એકબીજાને કહેતી.

રોહનની મહેનત રંગ લાવી અને સંતોષે આપેલાં ટાર્ગેટ એણે મુદ્દત પૂરી થવા પહેલાં જ પાર પાડી દીધાં.

રિયલ એસ્ટેટ ક્ષેત્રે ધૂમ ચાલી રહી હોવાથી રોહનનું કામ આસાન બન્યું હતું. તેના પ્રૉજેક્ટ્સ ચપોચપ વેચાઈ ગયા. સંતોષે પણ બોલ પાળ્યો અને રોહનને મોટું ઇન્સેન્ટિવ આપ્યું.

૨૦૦૬ની આ વાત છે. એક લાખ દિરહામનું ઇન્સેન્ટિવ એ વખતના ૧૨ લાખ રૂપિયા જેટલું થાય. રોહનને આટલી મોટી રકમનું કરવું શું એની ગતાગમ પડી નહીં.

“શ્વેતા, જાન, હવે તું જ કહે, આટલા બધા પૈસા ક્યાં રાખવા?” રોહને પૂછ્યું, “તું આ બાબતમાં એક્સપર્ટ છે.”

શ્વેતાને છેલ્લા દિવસો જઈ રહ્યા હતા અને એનું બધું ધ્યાન નવા મહેમાનનું સ્વાગત કરવા તરફ હતું. રોહને આપેલી ખબરથી એ ઘણી જ ખુશ થઈ ગઈ હતી, પરંતુ પૈસાનું શું કરવું તેના વિશે એ કોઈ વિચાર કરી શકી નહીં.

એણે કહ્યું, "જાનુ, મને પણ ખબર છે કે આપણે આટલી મોટી રકમનું કંઈક કરવું જોઈએ, પરંતુ અત્યારે મારું મગજ આપણા બાળક સિવાય બીજું કંઈ વિચારી શકતું નથી."

રોહન બોલ્યો, ઠીક છે. "પહેલાં આપણા ઘરે આપણી લક્ષ્મી આવવા દે, આ ધનલક્ષ્મી વિશે પછીથી વિચારશું."

ડૉક્ટરે આપેલી તારીખથી એક અઠવાડિયા પહેલાં જ શ્વેતાને અસાધારણ દુખાવો થવા માંડ્યો અને બેચેની લાગવા માંડી. રોહનને લઈને એ સીધી ગાયનેકોલૉજિસ્ટ પાસે ગઈ.

એકાદ-બે દિવસમાં પ્રસૂતિની તૈયારી છે એમ કહીને ડૉક્ટરે તેને ભરતી કરી દીધી. રોહનને ટીના અને જયનો સધિયારો હતો.

એક દિવસ રહીને રોહન-શ્વેતાના ઘરે 'લક્ષ્મીજી' પધાર્યાં.

રોહન એ વખતે હૉસ્પિટલમાં જ હતો. એણે દીકરીની જન્મની પ્રક્રિયા જાતે નિહાળી હતી. બાળકીને હાથમાં લેતાં જ એ ભાવવિભોર બની ગયો. શ્વેતાને પણ કોઈ તકલીફ ન હતી એ વાતનો આનંદ પણ તેમાં ભળ્યો. ઈશ્વરે તેની બધી જ પ્રાર્થનાઓ સાંભળી હોય અને તમામ ઈચ્છાઓ પૂરી કરી હોય એવું તેને લાગ્યું અને એ હર્ષાશ્રુ રોકી ન શક્યો.

શ્વેતા લેબર રૂમમાંથી બહાર આવે તેની જ રાહ જોઈ રહ્યો હતો. એ આવતાં જ એણે પોતાની ખુશીની અભિવ્યક્તિ કરી અને દીકરીનું નામ 'ખુશી' રાખવા વિશે પૂછ્યું. બન્નેને આ નામ ઘણું જ ગમ્યું.

"આજ મેરી આંખોં મેં ખુશી કે આંસું હૈ ઔર યહ ખુશી તુમને મુઝે દી હૈ. મૈં તુમ્હારા શુક્રિયા અદા કરતા હૂં," રોહને આટલું કહ્યું ત્યાં તેને અટકાવીને શ્વેતા બોલી, "બસ ઇતના કાફી હૈ...ઔર

કિતના ફિલ્મી બનોગે?"

રોહનને કામ તો ઘણું જ રહેતું, પરંતુ ખુશીની સાથે રમવા એ એક કલાક વહેલો આવી જતો. પુત્રીની સ્માઈલ જોઈને તેનો બધો થાક ઉતરી જતો અને આખા દિવસની થાકેલી શ્વેતાની આંખો ઘેરાવા લાગે ત્યારે એ ખુશીનું ધ્યાન રાખતો અને મોડે સુધી ખુશી સાથે રમતો.

તેને ખબર હતી કે આ જ બધી યાદો તેના જીવનની મહામૂલી મૂડી છે.

બીજી બાજુ, શ્વેતા સંપૂર્ણપણે માતૃત્વમાં ખોવાઈ ગઈ હતી. એના વ્યક્તિત્વનું આખું નવું પાસું બહાર આવ્યું હતું. એને દીકરી સિવાય બીજી કોઈ વાતમાં રસ ન હતો.

મક્કમતા અને સ્વતંત્રતાના પ્રતીક સમાન શ્વેતા હવે એકદમ મૃદુ અને ભાવુક માતા બની ગઈ હતી.

તેમાંની તેમાંની 'દામિની' હવે 'મધર ઇન્ડિયા' બની ગઈ હતી.

શ્વેતાનું આ પરિવર્તન રોહન સ્પષ્ટપણે જોઈ શકતો હતો, પણ એ બાબતે કઈ પ્રતિક્રિયા આપવી એ તેને સમજાતું ન હતું.

તેને હવે ઇન્સેન્ટિવ પેટે મળેલી રકમનું રોકાણ કરવાનું યાદ આવ્યું. તેને આ નિર્ણયમાં શ્વેતાની સમજદારી અને સક્રિય સહભાગનો લાભ મળવાનો ન હતો.

દુબઈમાં રિયલ એસ્ટેટ માર્કેટ તેજીમાં હતી અને ત્યાં પ્રૉપર્ટી ખરીદવાની ત્રેવડ હજી તેનામાં આવી ન હતી. આથી એણે પિતાને ફોન લગાડીને મુંબઈની આસપાસ ૮-૧૦ લાખની રૅન્જમાં કોઈ નાનો ફ્લૅટ કે પ્લૉટ જોઈ રાખવાનું કહ્યું.

પિતાની સલાહ અનુસાર રોહને ભારતમાં એનઆરઈ અકાઉન્ટ ખોલાવ્યું અને પહેલી વાર દુબઈથી એનઆરઆઇ તરીકે નાણાં મોકલ્યાં.

તેના માટે થોડા મહિના સુધી યોગ્ય પ્રૉપર્ટીની શોધખોળ ચાલ્યા બાદ બે ફ્લૅટ જોઈ રખાયા અને

રોહન આવીને સોદો પાકો કરે એવું નક્કી થયું.

યોગાનુયોગે, એ જ સપ્તાહે રોહનને તાકીદની રિવ્યૂ મીટિંગ માટે સંતોષને ભારતમાં મળવા જવાનું થયું.

એણે શ્વેતા અને ખુશીને પણ સાથે લાવવા દેવા માટે સંતોષની પરવાનગી માગી.

સંતોષ ના પાડે એમ ન હતું. એક જ સપ્તાહની અંદર રોહન, શ્વેતા અને ખુશીએ મુંબઈ આવવા ફ્લાઇટ પકડી. શ્વેતાના આગ્રહને લીધે રોહને ખુશીના જન્મના એક જ મહિના બાદ તેનો પાસપોર્ટ કઢાવી લીધો હતો.

મુંબઈમાં ખુશીનાં દાદા-દાદી અને નાના-નાનીની ખુશીનો પાર ન હતો. તેમને હવે રોહન અને શ્વેતા કરતાં ખુશીની પ્રતીક્ષા વધારે હતી. તેમનું મુદ્દલ વ્યાજ લઈને આવી રહ્યું હતું.

મુંબઈ પહોંચીને તરત જ રોહન ફ્લૅટની ખરીદીની તૈયારીમાં લાગી ગયો. એણે અને શ્વેતાએ મુંબઈની નજીક અંડર કન્સ્ટ્રક્શન ફ્લૅટ પર પસંદગી ઉતારી.

આ રીતે દુબઈની કમાણીનું ભારતમાં રોકાણ કરવાનો શુભારંભ થયો.

૨૦૦૭ની આ વાત છે. એ સમયે દુબઈની જેમ મુંબઈમાં પણ રિયલ એસ્ટેટ માર્કેટ તેજીમાં હતી. ભાવ વધી રહ્યા હોવા છતાં લોકોને પ્રૉપર્ટી ખરીદવામાં રસ હતો.

શ્વેતાને મળવા તેની મિત્ર પ્રીતિ પણ આવી હતી. શ્વેતાએ દુબઈ જતાં પહેલાં ઈક્વિટી મ્યુચ્યુઅલ ફંડમાં રોકેલા ત્રણ લાખ રૂપિયા વિશે એણે યાદ કરાવ્યું. શ્વેતા તો એ રોકાણને સાવ ભૂલી ગઈ હતી. રોકાણનું મૂલ્ય છ લાખ રૂપિયા થઈ ગયું હોવાનું સાંભળીને એ ઘણી રાજી થઈ.

એણે પ્રીતિની નાણાકીય નિષ્ણાત તરીકે પ્રશંસા કરી અને સારી સલાહ આપવા બદલ આભાર માન્યો.

આ નાણાં મ્યુચ્યુઅલ ફંડમાં જ રાખી મૂકવા માગે છે કે પછી તેનો ઉપાડ કરવો છે એવું પ્રીતિએ તેને પૂછ્યું અને સાથે સાથે એ પણ જણાવ્યું કે વૈશ્વિક સ્તરે શૅરબજારમાં તેજી છે અને ભારતીય બજારમાં પણ નોંધપાત્ર વળતર મળી રહ્યું છે.

સ્વાભાવિક રીતે જ શ્વેતાએ પ્રીતિની સલાહ માગી અને પ્રીતિએ લાંબા સમય સુધી રોકાણ રાખી મૂકવાનું કહ્યું.

રોહને પ્રૉપર્ટીમાં કરેલા રોકાણ વિશે શ્વેતાએ પ્રીતિને વાત કરી અને કહ્યું કે રોહન મ્યુચ્યુઅલ ફંડમાં પણ રોકાણ કરે એવી તેની ઈચ્છા છે.

બહારથી આવી રહેલા રોહને આ વાતચીત સાંભળી અને કહ્યું, "ચાર વર્ષમાં મ્યુચ્યુઅલ ફંડમાં નાણાં લગભગ બમણાં થયાં એ ઘણું જ સારું કહેવાય, પરંતુ સ્ટૉક માર્કેટ જોખમી છે. રિયલ એસ્ટેટનાં રોકાણોમાં વધુ સારું વળતર મળે છે અને તેમાં સલામતી પણ હોય છે.

આ મ્યુચ્યુઅલ ફંડ મને સમજાતું નથી. તું તારા પૈસા એમાં ભલે રાખજે, પણ હવે તેમાં ઉમેરો નથી કરવો. મને તો રિયલ એસ્ટેટમાં રોકાણ કરવાનું જ વધારે મુનાસિબ લાગે છે."

દરમિયાન, સંતોષ સાથેની મીટિંગમાં રોહનને કહેવામાં આવ્યું કે કંપનીએ પ્રથમ બે પ્રૉજેક્ટ્સની સફળતા બાદ તેને વધુ જવાબદારીઓ સોંપવાનું નક્કી કર્યું છે.

રોહને હસતાં-હસતાં નવી જવાબદારીનો સ્વીકાર કર્યો. આખરે, ઝડપથી નાણાં કમાવાની તેની ઈચ્છા આ રીતે પૂરી થઈ રહી હતી.

સાથે જ, કર્તવ્યનિષ્ઠ વ્યક્તિ તરીકે તેની ખ્યાતિ ફેલાઈ રહી હતી.

"ફૅમિલી મેં ખુશી ઔર બૅન્ક મેં લક્ષ્મી." રોહન અને શ્વેતા માટે સુખનો સૂરજ ઉગ્યો હતો. તેમનું જીવન સુખેથી પસાર થઈ રહ્યું હતું.

સમય જતાં ક્યાં વાર લાગે છે! તેઓ મુંબઈથી દુબઈ પાછાં ફર્યાં અને આનંદપૂર્વક જીવન વ્યતિત કરવા લાગ્યાં.

રોહન હવે અનુભવી બની ગયો હતો. રિયલ એસ્ટેટ બિઝનેસના સફળ જાંબાઝ યુવાન તરીકે તેનો આત્મવિશ્વાસ પણ વધી ગયો હતો અને એણે કારકિર્દી ઘડવા માટે એકચિત્ત કામ કર્યું હતું. બીજી બાજુ, શ્વેતાનું વ્યક્તિત્વ પણ ઘણું બદલાઈ ગયું હતું. વિચારવંત, પરિપક્વ અને સતર્ક શ્વેતા હવે માતા બની ગઈ હોવાથી એણે નાણાકીય બાબતોમાં ધ્યાન આપવાનું બંધ કરી દીધું હતું. એણે ઘડાઈ ગયેલા રોહનને જ તેની મરજી પ્રમાણે વર્તવાની છૂટ આપી હતી અને પોતે ગૃહિણી તરીકેની નવી ઓળખથી સંતુષ્ટ થઈ ગઈ હતી. શ્વેતા ફક્ત એક ગૃહિણી અને માતા બનીને રહી જાય એ વાત જરા વિચિત્ર લાગતી હતી, પરંતુ એ હકીકત હતી.

રોહન એકલો કમાનાર હતો અને તેની મહેનતની કમાણી હતી. આમ, તમામ આર્થિક નિર્ણયો એ પોતે જ લેવા લાગ્યો. શ્વેતાને ઉલટાનું ગૌરવ થતું કે રોહન હવે પોતાની જવાબદારીઓ સારી રીતે નિભાવી રહ્યો છે.

રોહને જૂન ૨૦૦૭માં દુબઈમાં એક અંડર કન્સ્ટ્રક્શન ફ્લૅટ લખાવી લીધો. આ તેનું પ્રથમ આંતરરાષ્ટ્રીય રોકાણ હતું.

બે વર્ષમાં પૂરો થઈ જનારો આ પ્રૉજેક્ટ દુબઈના હાર્દસમા વિસ્તારમાં હતો. એણે ફ્લૅટની ૫૦ ટકા રકમ આપી દીધી, જે આશરે ૭૫,૦૦૦ દિરહામ હતી. આ પ્રૉપર્ટીના ભાવ ભવિષ્યમાં ઘણા વધવાની આશા હોવાથી એ વેચીને મોટો નફો રળી લેવાનું રોહને મનમાં ધારી લીધું હતું.

નાણાકીય વિશ્વનો નિયમ છે કે તમે થોડું મોટું રોકાણ કરવા લાગો એટલે તમામ નાણાકીય સંસ્થાઓને તેની માહિતી પહોંચી જાય. રોહનને પણ વિવિધ નાણાકીય પ્રૉડક્ટ્સ લેવા માટેની ઑફરો આવવા લાગી.

દુબઈ આંતરરાષ્ટ્રીય સ્થળ હોવાથી બધી મોટી ગ્લોબલ કંપનીઓ ત્યાં કાર્યરત હોય છે. રોહનને પણ ફૉરેનનું કૉર્પોરેટ કલ્ચર ગમતું હતું.

રોહન જાણતો હતો કે દરેકની પાસે ઇન્વેસ્ટમેન્ટ સ્વરૂપે વીમો તો હોવો જ જોઈએ. તેમાં એની માન્યતા હતી કે તેમાં રોકાણનું તત્ત્વ જરૂર છે, પરંતુ જો ન કરે નારાયણ ને કોઈ આપદા આવી પડે તો પરિવારજનોને સલામતી મળી રહે એ માટે વીમો જરૂરી છે.

તેને માત્ર ફૉરેનની નાણાકીય સંસ્થાઓ પાસેથી ઇન્વેસ્ટમેન્ટ સાથે વીમો આપતી પૉલિસીઓ લેવામાં રસ હતો. શ્વેતાની નાણાકીય સલામતી માટે તથા ખુશીના શિક્ષણ અને પોતાના નિવૃત્તજીવન માટે જોગવાઈ કરવા એ આવી પૉલિસીમાં રોકાણ કરવા માગતો હતો.

એણે ઉંચાં પ્રીમિયમ ધરાવતી ચાર-પાંચ પૉલિસીઓ કઢાવી. એને એમ હતું કે પ્રીમિયમ વધારે હશે તો વળતર પણ વધારે મળશે.

વીમા કંપનીઓને આવો ‘બકરો’ મળી જાય પછી બીજું શું જોઈએ!

એણે પૉલિસીઓ તો લઈ લીધી, પરંતુ રોજિંદા કામમાં વ્યસ્ત રહેવાને કારણે શ્વેતાને તેની જાણ કરવાનું રહી ગયું. પૉલિસીઓ ઘરના ડ્રોઅરમાં રાખી તે રાખી, પછી સાવ ભુલાઈ ગઈ, પરંતુ પ્રીમિયમ નિયમિતપણે ભરતો હતો.

મુંબઈ અને દુબઈમાં પ્રૉપર્ટી તથા પાંચ વીમા પૉલિસીઓ લઈને એણે પોતાની રોકાણની જવાબદારી પૂરી કર્યાનો સંતોષ માન્યો.

તેના મનથી એણે પોતાનું નાણાકીય ભવિષ્ય સલામત બનાવી દીધું હતું.

આ જ સંતુષ્ટિ માણતાં-માણતાં રોહન ૨૬મા માળે આવેલા પોતાના અપાર્ટમેન્ટમાં જયની સાથે બેઠો હતો અને કૉલેજના દિવસોની તથા દુબઈમાં આવ્યા બાદના શરૂઆતના દિવસોની યાદ તાજી કરી રહ્યો હતો. બન્નેના પરિવારોનું આ વીકેન્ડ ગેટ ટુગેધર હતું.

ઠંડીગાર બિયરના ઘૂંટડા લેતાં લેતાં એ બોલ્યો, “જય, દોસ્ત, આ બિયરની બાટલી હાથમાં છે, ખોટું નહીં કહું; આજે હું દુબઈમાં જે છું એ તારા લીધે જ છું. અહીં નામ-દામ કમાવાનું તારા વગર શક્ય ન હતું. આજે હું તને ફોર્મલી થેંક યુ કહી રહ્યો છું.”

જયે રોહનને ટપાર્યો, "તું તો યાર બે બિયરમાં જ ઈમોશનલ થઈ જાય છે! તારે થૅંક યુ-બૅંક યુ કહેવાની જરૂર નથી. દરેકની પોતપોતાની કિસ્મત હોય છે."

જય અચાનક ગંભીર સાદે બોલવા લાગ્યો, "રોહન, યાર, તે ઘણા ઓછા સમયમાં સારી એવી પ્રગતિ કરી લીધી છે. મેં હમણાં જ એક સામયિકમાં વાંચ્યું હતું કે પોતાની યોગ્ય ઍસેટ ભેગી થવા લાગે ત્યારે વસિયતનામું બનાવી લેવું જોઈએ.

મેં તો બનાવી લીધું છું, તું પણ બનાવી લે. ઘણું જ સહેલું છે."

રોહને આ વાત ગંભીરતાથી લેવાને બદલે કહ્યું, "ક્યા જલ્દી હૈ! મુઝે કુછ હોને વાલા નહીં હૈ, વિલ બાદ મેં બના દેંગે. યે જ્ઞાન દેના અભી બંધ કર.

અભી તો સબ સહી ચલ રહા હૈ...ચિઅર્સ ટુ અવર ફ્રેન્ડશિપ!"

માણસના જીવનમાં બધું સમુંસૂતરું ચાલી રહ્યું હોય એવા સમયે આવા વિચારો હોય એ સ્વાભાવિક છે. જો કે, રોહનને ખબર ન હતી કે વિધિએ તેના માટે શું નિરધાર્યું છે.

ફિલ્મ
યોર્સ ફાઈનાન્શિયલી
કયામત સે
કયામત તક

'સપ્ટેમ્બર ૨૦૦૮' – જ્યારે નાણાકીય વિશ્વ ઘમરોળાયું...

સપ્ટેમ્બર ૨૦૦૮ના એક રવિવારની સવારે રોહને 'ખલીજ ટાઇમ્સ' અખબાર ખોલ્યું અને તેમાં અમેરિકન માર્કેટ કડડડભૂસ થયાના અને લીહમેન બ્રધર્સે દેવાળું ફૂંક્યાના મુખ્ય સમાચાર પર નજર પડી. આ ખબરની સમગ્ર વિશ્વના નાણાકીય તંત્ર પર થનારી અસરનો બીજા ઘણા લોકોની જેમ રોહનને પણ અંદાજ ન આવ્યો.

આવું તે કેવી રીતે થઈ શકે એવો સવાલ તેના મનમાં આવ્યો, પરંતુ પોતાની માન્યતા સાચી પડી હોય એમ એણે નાસ્તો કરતાં કરતાં શ્વેતાને કહ્યું, "જોયું, હું કહેતો હતો ને કે સ્ટૉક માર્કેટનો કોઈ ભરોસો નહીં, ભારત હોય કે અમેરિકા, બધે જ એક દિવસમાં લોકોની સંપત્તિનું ધોવાણ થઈ જાય છે. રિયલ એસ્ટેટમાં આવું ક્યારેય થતું નથી. એમાં ક્યારેય આટલું મોટું ધોવાણ થતું નથી. પ્રૉપર્ટી ખરીદવાનું અને વેચવાનું સહેલું હોય છે. પ્રૉપર્ટીની માગ ક્યારેય ઓછી નથી થવાની, એ અમેરિકા હોય, ભારત કે પછી દુબઈ."

શ્વેતાને એ વખતે શું કહેવું તેની ગમ પડી નહીં.

આ સમસ્યા કેટલી વકરશે તેનો જરાપણ અંદેશો રોહનને ન હતો. આ મોટી નાણાકીય કટોકટીની આગની જવાળાઓમાં સમગ્ર નાણાકીય વિશ્વ લપેટાઈ જવાનું હતું.

કોઈ પણ પ્રકારની ઍસેટને તેનાથી નુકસાન થયા વગર રહેવાનું ન હતું.

જો કે, કટોકટીની સૌથી પહેલી અસર વૈશ્વિક નાણાકીય બજારો પર થઈ. સમગ્ર જગતમાં સ્ટૉક માર્કેટમાં કડાકો બોલાયો. અમેરિકન બૅન્કોમાં ભૂકંપ મચી ગયો અને રોજગારોને પ્રચંડ નુકસાન થયું. ઠેરઠેર દેકારો મચી ગયો અને નાણાકીય પ્રપાત થયો. ધીમેધીમે આ કટોકટીનું ઝેર નાણાકીય ઍસેટ્સ પરથી ફિઝિકલ ઍસેટ્સમાં ફેલાયું. અમેરિકન રિયલ એસ્ટેટ પર કારમી અસર થઈ અને તેનાથી દુબઈની રિયલ એસ્ટેટ માર્કેટ પણ બચી શકી નહીં.

દુબઈમાં રિયલ એસ્ટેટનો ફુગ્ગો ફૂટી ગયો. નાણાંની તંગીને પગલે બધા જ પ્રૉજેક્ટ્સમાં કામકાજ અટકી પડ્યાં. રિયલ એસ્ટેટની તેજીમાં નાણાં ક્યાંથી આવી રહ્યાં હતાં એ કોઈને પૂછવાની જરૂર જ પડી ન હતી, પરંતુ હવે નાણાંનો પ્રવાહ સુકાઈ ગયો. માગ પણ સાવ ઘટી ગઈ. બધા જ વિદેશી રોકાણકારોએ પોતપોતાના દેશમાં થયેલી ખોટને સરભર કરવા માટે પાણીના ભાવે પોતાની બધી પ્રૉપર્ટી વેચી કાઢી.

ભારતમાં ૨૦૦૮ની શરૂઆતથી જ સ્ટૉક માર્કેટમાં ઘસારો લાગવા માંડ્યો હતો. ૨૦૦૯નો પ્રારંભ થવા સુધીમાં સ્ટૉક માર્કેટમાં મૂડીનું ૫૦થી ૬૦ ટકા જેટલું ધોવાણ થઈ ગયું હતું. એવામાં 'સત્યમ કૌભાંડ' બહાર આવ્યું અને દેશની સૌથી મોટી પેટ્રો-કેમિકલ કંપનીના આઇપીઓનો રકાસ થયો. અમેરિકાથી આવી રહેલા સમાચાર દુકાળમાં અધિક માસ જેવા હતા.

નાણાકીય બજારોમાં જાણે હાહાકાર મચી ગયો હતો અને બધા ઢીલાઢફ થઈ ગયા હતા. કોઈને મોં છુપાવવાની જગ્યા રહી નહીં!

રોહનની પણ અજાયબ દુનિયામાં દેકારો મચી ગયો. ખરીદદારો ખરીદેલી પ્રૉપર્ટીઓ પાછી આપવા આવ્યા. આ નકારાત્મક સમયગાળામાં રોહન ચિંતિત રહેવા લાગ્યો.

હંમેશાં ઉમંગ અને ધગશથી ઉછળતો રોહન શાંત પડી ગયો.

તેની પ્રતિકૂળ અસર એની તબિયત પર થઈ.

રોહનનાં ખાવા-પીવાનાં ઠેકાણાં રહ્યાં નહીં, વારંવાર માથું દુખ્યા કરતું, રાત્રે નીંદર આવતી નહીં, નાની-નાની વાતમાં એ પિત્તો ગુમાવી બેસતો અને તેના ચહેરા પરનું નૂર ઊડી ગયું.

શ્વેતાથી આ સ્થિતિ જોઈ શકાય એમ ન હતું.

એણે રોહનને સારું લાગે એ માટે ક્યારેક ડીવીડી પર ફેવરિટ મૂવી જોવાનું તો ક્યારેક નેવુંના દાયકાનાં મધુર પ્રેમગીતો સાંભળવાનું તો ક્યારેક ટીવી પર ક્રિકેટ મૅચ જોવાનું કહીને તેની માનસિક તાણ દૂર કરવાનો પ્રયાસ શરૂ કર્યો.

રોહનને થોડી વાર સારું લાગતું, પણ ફરી પાછો એવો ને એવો. ચહેરા પર બે ઘડી સ્મિત ફરકીને પાછું ઓઝલ થઈ જતું. આવું થોડો વખત ચાલ્યું.

આખરે શ્વેતા રોહનને ફૅમિલી ડૉક્ટર પાસે લઈ ગઈ. એમણે અમુક ટેસ્ટ કરાવ્યા અને હાયપરટેન્શનનું નિદાન કર્યું.

ડૉક્ટરે તેને ભારપૂર્વક કહ્યું કે એણે પોતાની જીવનશૈલી બદલવી પડશે અને બ્લડ પ્રેસરને કાબૂમાં રાખવા માટે અચૂકપણે દરરોજ દવા લેવી જરૂરી છે.

આ પ્રેમીયુગલની જિંદગીમાં પહેલી વાર કપરો સમય આવ્યો હતો. શ્વેતા રોહનની સાથે અડીખમ સહારો બનીને ઊભી હતી. 'જિંદગી હર કદમ એક નયી જંગ હૈ...' ગીતમાં 'જીત જાયેંગે હમ...' એવું દોહરાવવાનું શ્વેતાએ નક્કી કરી લીધું હતું.

અત્યાર સુધીના પરિણીત જીવનમાં રોહને જ હંમેશાં એકલા હાથે નાણાકીય નિર્ણયો લીધા હતા. શ્વેતાએ ક્યારેય કોઈ સૂચન કર્યું નહીં અને રોહને ક્યારેય પૂછ્યું પણ નહીં.

વૈશ્વિક નાણાકીય કટોકટીની અસર ધીમે ધીમે શાંત પડવા લાગી હોવા છતાં દુબઈની રિયલ એસ્ટેટ માર્કેટની મુશ્કેલીઓ દૂર થતી ન હતી. રોહન એકલો જ બિઝનેસની દોર સંભાળવા માટે ઝઝૂમી

રહ્યો હતો. આખરે મોટો ફટકો પડ્યો.

સંતોષે ભારતથી રોહનને ફોન પર કહ્યું કે પ્રચંડ મોટી ખોટને ધ્યાનમાં રાખીને કંપનીના ડિરેક્ટરોએ દુબઈનું કામકાજ સમેટી લેવાનો નિર્ણય લીધો છે. રોહનને નવી નોકરી શોધી લેવાનું કહેવામાં આવ્યું.

આ ફટકો કેડ ભાંગી નાખનારો હતો.

સંતોષના ફોને રોહનને નિઃ શબ્દ કરી દીધો.

સારા સમાચાર હોય કે ખરાબ હોય, એણે આદત મુજબ તરત જ શ્વેતાને તેની જાણ કરવા માટે એણે ફોન ઉપાડ્યો, પરંતુ વિચાર્યું કે શ્વેતાને ફોન પર કહેવાને બદલે પર્સનલી જ કહેવા માટે ઘરે પહોંચી જવું.

શ્વેતાની સામે ગયો તો ખરો, પરંતુ શું કહેવું અને કેવી રીતે કહેવું તેની મૂંઝવણ ચાલી રહી હતી. શ્વેતાને કોઈ માઠા સમાચાર હોવાનો અંદાજ આવી ગયો.

“રોહન, સીધેસીધું કહી દે, શું થયું છે? હું બીજી વાર નહીં પૂછું.”

“હું હારી ગયો. સંતોષે દુબઈમાં કામકાજ બંધ કરવાનો નિર્ણય લીધો છે.”

“અરે, દુબઈમાં તારી કંપની બંધ થઈ છે, આખું દુબઈ બંધ નથી થયું. આપણે બીજું કોઈ કામ કરીશું.”

દૂરંદેશી ધરાવતી શ્વેતાને વહેલા-મોડું આવું ક્યારેક થશે એવો અંદાજ હતો.

રોહનનું ઝૂકી ગયેલું માથું ઊંચું કરતાં અને તેની આંખોમાં આંખ પરોવીને એ બોલી, “કહાં ગયા મેરા હીરો, જો કહતા થા હારકર જીતને વાલે કો બાઝીગર કહતે હૈ!”

આ સાંભળીને રોહનના ચહેરા પર સ્મિત આવ્યું અને "ક્યા બાત હૈ, ફુલ ફિલ્મી! મેરા ડાયલોગ મુઝે હી સુના દિયા. લવ યુ, ડીઅર," એમ કહેતાં જ એ શ્વેતાને ભેટી પડ્યો.

એમણે એક જ સપ્તાહમાં ૨૬મા માળનું એ ઘર ખાલી કરવાનું આવ્યું.

તેમને બીજે ક્યાંય ભાડે જગ્યા મળે ત્યાં સુધી તેમને રહેવા માટે જય અને ટીનાએ પોતાના ઘરે આવવાનું કહ્યું. તેમની પાસે બીજો કોઈ રસ્તો જ ન હતો. થોડા વખત માટે તેઓ જયના ઘરે શિફ્ટ થઈ ગયાં.

રોહનનું સામ્રાજ્ય પત્તાંના મહેલની જેમ કડડડભૂસ થઈને એણે એકડેએકથી શરૂઆત કરવાના દિવસો આવ્યા.

સાપસીડીની રમતમાં ૧૦૦ની સાવ નજીક પહોંચી ગયેલા રોહનને સાપે ખાઈ લીધો અને એણે સડસડાટ નીચેના ખાનામાં આવવું પડ્યું.

તેને કારકિર્દીની સાપસીડીમાં પહેલેથી જ સીડીઓ મળતી ગઈ હતી અને સાપ ક્યારેક ગળી જશે એવી સ્થિતિનો તો એણે વિચાર જ કર્યો ન હતો.

એકાદ મહિના પછી નસીબે તેને યારી આપી. એક શુક્રવારની સવારે સુપરમાર્કેટમાં તેના ઍડવર્ટાઇઝિંગ કંપનીના જૂના માલિકનો ભેટો થઈ ગયો.

"શું વાત છે રોહન, ઘણા દિવસે દેખાયો!"

રોહન નજર મિલાવી શક્યો નહીં અને નહા, સારું છેથ એમ કહીને ચાલી નીકળ્યો, પરંતુ જૂના બોસ તેના ચહેરા પરની ગમગીની જોઈને પરિસ્થિતિ પામી ગયા અને રોહનને પાછો બોલાવીને કહ્યું, "તું આવતા શુક્રવારે સજોડે અમારા ઘરે જમવા આવજે."

"સર, હું તો ચોક્કસ આવીશ, પણ શ્વેતાએ અમારી દીકરી ખુશીને સંભાળવાની હોય છે એટલે એ કદાચ નહીં આવી શકે."

"અરે, એમાં શું થઈ ગયું. તમે બન્ને જણ દીકરીને લઈને આવજો." રોહનથી ના ન પડાઈ.

બપોરે ૧ વાગ્યા સુધીમાં તેઓ જૂના બૉસના ઘરે પહોંચી ગયાં. ભોજન સ્વાદિષ્ટ હોવા છતાં રોહનને સ્વાદમાં કંઈ નવું લાગ્યું નહીં.

જમ્યાને થોડી વાર થઈ ત્યાં જ બૉસ બોલ્યા, "ચાલ રોહન, હવે પૂરેપૂરું દિલ ખોલીને વાત કર. તારા મનમાં ધરબી રાખેલી બધી વાતો મને સ્પષ્ટપણે કહી દે."

ઉદાસીભર્યા સ્વરે રોહને કહાની શરૂ કરી. બૉસે બધી વાત ધ્યાનપૂર્વક સાંભળી અને ફિલ્મરસિક રોહનને તેની જ ભાષામાં કહ્યું, "કોઈ જબ તુમ્હારા હૃદય તોડ દે, તબ તુમ મેરે પાસ આના. મેરા દર ખુલા હૈ, ખુલા હી રહેગા.

રોહન, તારું કામ મને હજી પણ યાદ છે. તું સ્ટાર પરફોર્મર હતો અને હંમેશાં રહેશે."

રોહન ભાવવિભોર થઈ ગયો અને ઍડવર્ટાઇઝિંગ કંપનીમાં ફરીથી જોડાવાની ઑફર એણે સ્વીકારી લીધી.

જોકે, બૉસે પહેલેથી જ ખુલાસો કરી લીધો કે હવે પહેલાં જેવી કમાણી રહી નહીં હોવાથી પગાર પહેલાં જેટલો નહીં આપી શકાય.

રોહને ૬-૭ વર્ષ પહેલાં જ્યાં ઘર લીધું હતું એ જ કરામા વિસ્તારમાં ફ્લૅટ ભાડે લીધો.

એમણે જીવનમાં જ્યાંથી શરૂઆત કરી ત્યાં પાછાં આવી જવું પડ્યું.

રોહન જરાક પગભર થયો ત્યાં જ તેના પગમાં ફરી થનગનાટ થવા લાગ્યો. તેને મીડિયા કંપનીની આ બીજી ઈનિંગ્સ ફક્ત ખપપૂરતી માફક આવી.

તેનો મુક્ત જીવડો ફરી ઉંચી છલાંગ મારવા માટે બેચેન થઈ રહ્યો હતો.

જીવન તેને જોઈતી ગતિએ પ્રગતિ કરી રહ્યું ન હતું.

નસીબના આ પલટાને સ્વીકારી લેવાનું રોહન માટે વધારે મુશ્કેલ હતું. એણે છેલ્લાં પાંચ વર્ષમાં ક્યારેય કરકસરની વાત જ કરી ન હતી.

હવે એણે ખર્ચને કાબૂમાં રાખ્યા વગર છૂટકો ન હતો. બજેટ પણ સાવ ટૂંકું થઈ ગયું હતું.

દુબઈમાં અંડર-કન્સ્ટ્રક્શન પ્રૉપર્ટીમાં એણે કરેલું રોકાણ ધોવાઈ ગયું હતું, કારણકે એ પ્રૉજેક્ટ લટકી પડ્યો હતો.

રોહનના નવા પગારથી ઘર માંડ ચાલતું. ખુશીની શાળા શરૂ થઈ ગઈ હોવાથી તેને લગતા ખર્ચ પણ ધ્યાનમાં રાખવા પડતા હતા. એણે લીધેલી ઉંચી રકમની વીમા પૉલિસીઓ પર ઘણું ઉંચું પ્રીમિયમ ચૂકવવું પડતું હતું. આમ છતાં એણે પ્રીમિયમ ચૂકવવામાં ધાંધિયા કર્યા નહીં.

શ્વેતાએ તેને ઘણી મોટી રકમ ઝૂંટવી લેતી વીમા પૉલિસીઓ વિશે પૂછ્યું, પરંતુ રોહને ક્યારેય એ વિષયે તેની સાથે ચર્ચા કરી જ નહીં.

“યે હમારે ફ્યુચર કા સહારા હૈ,” એટલું જ એ કહેતો.

રોહન પોતાનાં બે બૅન્ક અકાઉન્ટ પણ મોટાભાગે જાતે જ ઑપરેટ કરતો. એક અકાઉન્ટમાં શ્વેતાનું જોઈન્ટ નામ હતું અને એમાં જ રોહનનો પગાર જમા થતો અને રાબેતા મુજબનો ખર્ચ તેમાંથી જ કરવામાં આવતો.

કોણ જાણે કેમ, બીજું અકાઉન્ટ રોહન એકલો જ મેન્ટેન કરતો. એણે શ્વેતાને તેના વિશે વાત કરી ન હતી. એ અકાઉન્ટમાં આશરે ૧.૨૦ લાખ દિરહામની બૅલેન્સ હતી. રોહને અન્ય રોકાણો ઉપરાંત જમા કરેલી આ રોકડ રકમ હતી.

તેને આ મોટી રકમ ખાતામાં પડેલી જોઈને ઘણો જ ‘અજીબ’ આત્મસંતોષ થતો. તેના વિશે બીજા કોઈને જાણ ન હતી. આવા ગંભીર સંજોગોમાં પણ એણે શ્વેતાને આ અકાઉન્ટ વિશે વાત કરી નહીં.

તેને આશા હતી કે આ ખરાબ દિવસો પણ પસાર થઈ જશે.

આર્થિક સ્થિતિ કથળતી હોવાને લીધે રોહનની તબિયત પણ બગડતી જતી હતી.

તેનું બ્લડ પ્રેસર હંમેશાં ઉંચું રહેતું. શ્વેતાએ તેને દવા નિયમિતપણે લેવાનું તથા મેડિટેશન કરવાનું યાદ કરાવવું પડતું. કસોટીના આ કાળમાં તે એક સોશિયલ ડ્રિંકરમાંથી બદલાઈને નિયમિતપણે દારૂ પીતો થઈ ગયો.

જયને રોહનની આ આદતની જાણ થઈ હતી. એ પણ તેને યોગ અને મેડિટેશન કરવાનું કહેતો. તેઓ નોકરીએથી છૂટ્યા બાદ દર એકાંતરે દિવસે યોગના વર્ગોમાં જતા. યોગથી પણ રોહનનો ચિત્તવૃત્તિ નિરોધ નહીં થયો. તેને તો રિયલ એસ્ટેટના સુવર્ણયુગની વાપસી જોઈતી હતી.

શ્વેતાને હવે રોહનની ચિંતા થવા લાગી હતી. તેમની મીઠી-મીઠી વાતોની સરવાણી તો ક્યારનીય સુકાઈ ગઈ હતી. ખુશી જપી ગયા બાદ રોહન ફિલ્મી સ્ટાઇલમાં શ્વેતાનો હાથ ઝાલીને કહેતો, "સબ ઠીક હો જાયેગા, ડૉન્ટ વરી, જાન."

"ચિંતા હું નહીં, તું કરી રહ્યો છે અને એ પણ ઘણી વધારે... આવો રોહન તો મેં ક્યારેય જોયો નથી.

ચાલ હવે બીજું બધું ભૂલી જા. હવે આઇપીએલની ફાઇનલ શરૂ થવાની છે. જમી લીધા બાદ મૅચ જોઈએ. મને ખબર છે કે તને ટેસ્ટ મૅચ કરતાં ટ્વેન્ટી ટ્વેન્ટી વધારે ગમે છે. તને તત્કાળ પરિણામ જોઈતું હોય છે એ મને ખબર છે," એમ કહીને શ્વેતાએ રોહનને મૂડમાં લાવવાનો પ્રયાસ કર્યો.

રોહનને આઇપીએલની ફાઇનલમાં જરાપણ રસ રહ્યો ન હતો તેથી એણે કહ્યું, "શ્વેતા, આજે રહેવા દે. જમીને જલદી સૂઈ જઈએ. આવતી કાલે ઘણું કામ છે. મને લાગે છે કે આવતી કાલનો દિવસ આપણા જીવનમાં ફરી એક વાર મોટું પરિવર્તન લાવશે." જમી-પરવારીને એક કલાકની અંદર તો તેઓ સારી સવાર ઉગવાની આશાએ પોઢી ગયાં.

બીજા દિવસની સવાર રોજ કરતાં અલગ ઉગી.

રોહન શ્વેતાને ઉઠાડ્યા વગર જ કલાયન્ટ સાથેની મીટિંગ માટે દોડી ગયો. એણે નાસ્તો કર્યો નહીં અને તેથી નાસ્તા સાથે લેવાની બ્લડ પ્રેસરની ગોળી લેવાનું પણ રહી ગયું.

મે મહિનો હતો અને પારો ૪૮ ડિગ્રીની આસપાસ હતો.

દર એક-બે કલાકે ફોન કરનારા રોહને સાંજ સુધી એક પણ ફોન કર્યો નહીં. શ્વેતા ચિંતામાં પડી ગઈ. આખરે ફોન આવ્યો અને શ્વેતાએ સામેથી અવાજ આવવાની રાહ જોયા વગર જ કહ્યું, "બોલ ક્યાં છે, બધું ઠીક તો છે ને!"

સામે છેડેથી પુછાયું, "શું આ શ્વેતાનો નંબર છે? હું જુમેરાની રૉયલ હૉસ્પિટલમાંથી બોલી રહ્યો છું. મિસ્ટર રોહન રસ્તો ક્રોસ કરતી વખતે અચાનક ફસડાઇ ગયા તેથી તેમને આઇસીયુમાં ગંભીર સ્થિતિમાં દાખલ કર્યા છે. તમે તાબડતોબ અહીં આવી જાઓ."

શ્વેતાના તો પગ ઢીલા થઈ ગયા.. તેને જાણે તમ્મર આવી ગઈ. હવે શું કરવું એ સમજાયું નહીં તેથી એણે જય અને ટીનાને ફોન જોડ્યો. એ ફક્ત એટલું બોલી શકી, "રોહન...ઍડમિટેડ.... રૉયલ હૉસ્પિટલ."

જય અને ટીના તેના ઘર તરફ દોડ્યાં. જય શ્વેતાની સાથે હૉસ્પિટલમાં ગયો અને ટીના ખુશીને સંભાળવા ઘરે રોકાઈ.

હૉસ્પિટલમાં પહોંચીને તેઓ સીધાં આઇસીયુમાં ગયા. રોહન સીરિયસ હતો. તેની જાન જાણે તેની 'જાન'માં અટકી હતી. એનામાં બોલવાની તાકાત ન હતી, ફક્ત આંસુ નીકળી પડ્યાં.

શ્વેતા હિંમત બંધાવતાં તેનો હાથ પકડીને બોલી, "રોહન, તું તારો જ ડાયલોગ યાદ કર, હારકર જીતને વાલે કો બાઝીગર કહતે હૈ."

રોહન ફિક્કું સ્મિત કરી શક્યો અને એ સ્મિત સાથે જ રોહનનો જીવનદીપ બુઝાઈ ગયો.

શ્વેતાની નજરોની સામે એની દુનિયા લૂંટાઈ ગઈ. તેનો બેસ્ટ ફ્રેન્ડ, તેનો લવ, તેનો જીવનસાથી, તેનું

જીવન......બધું પળવારમાં વિલાઈ ગયું. રોહન આ ફાની દુનિયા છોડીને એકલો જ ચાલી નીકળ્યો. માનવામાં ન આવે એવી આ ઘટના હતી. વિધાતાએ જાણે શ્વેતા સાથે ક્રૂર મજાક કરી હતી. આ કેસ પોલીસ કેસ તરીકે નોંધાયો હતો અને તેની ઔપચારિકતાઓ પૂરી કરવી પડે એમ હતું. પૉસ્ટ મૉર્ટમના રિપોર્ટમાં જણાવવામાં આવ્યું કે હાઇ બ્લડ પ્રેસરને કારણે બ્રૅન હેમરેજ થવાથી રોહનનું મૃત્યુ થયું હતું.

શ્વેતાનું રડવાનું કંઈ કીધે બંધ થતું ન હતું. નાનકડી ખુશીને કહેવાયું કે ડૅડી લાંબી બિઝનેસ ટ્રિપ પર ગયા હોવાથી તેમને પાછા આવતાં વાર લાગશે.

જિગરી દોસ્ત ગુમાવ્યાનો આઘાત જય માટે પણ વસમો હતો, પરંતુ એણે અને ટીનાએ શ્વેતા અને ખુશીને સધિયારો આપવાનો હતો, કારણ કે તેઓ એકમાત્ર સહારો હતાં.

તેઓ હિંમત નહીં રાખે તો બીજું કોણ રાખશે. એમણે જ પરિસ્થિતિને સંભાળી લેવાની હતી.

જયે પોતાની લાગણીઓ પર કાબૂ રાખ્યો અને રોહનના પરિવારને દુઃખદ સમાચાર આપ્યા. રોહનનાં માતાપિતા પર દુઃખનો પહાડ તૂટી પડ્યો.

અંતિમસંસ્કાર દુબઈમાં જ કરવાનું નક્કી થયું તેથી રોહનનાં માતાપિતા ત્યાં જવા ઉપડ્યાં.

શ્વેતાને તેની આસપાસ શું બની રહ્યું છે તેનું જરાપણ ભાન રહ્યું નહીં.

તેના મનમાં નકારાત્મક વિચારો ઘુમરાયા કરતા હતા. બે વર્ષ પહેલાંની આર્થિક કટોકટીએ રોહનની શારીરિક, માનસિક અને આર્થિક હાલત આટલી હદે બગાડી દીધી હતી કે તેનો જીવ જતો રહ્યો! કામનું દબાણ, નોકરી છૂટી જવી, કારકિર્દીમાં પડતી આવવી, ઓછા પગારે ઘર ચલાવવું, નવા જૉબમાં સમય વર્તીને ચાલવું, વગેરે, ઘટનાક્રમને લીધે રોહનનું આરોગ્ય સાવ કથળી ગયું હતું.

ઘરેથી કંઈ પણ કીધા વગર નીકળી જવાને લીધે રોહનને છેલ્લી ઘડીએ મળી નહીં શક્યાનો રંજ પણ શ્વેતાને સતાવી રહ્યો હતો. ટીના એના દુઃખની આ ઘડીમાં મજબૂત ટેકો બનીને ઊભી રહી હતી. રોહનની વસમી વિદાય પછીના અઠવાડિયે બધા પોતપોતાના આઘાતમાંથી બહાર આવવા મથી

રહ્યા હતા.

હવે પછી શું કરવું તે નક્કી કરવાનું હતું. જીવનના અનેક નાના-મોટા પ્રશ્નોના હલ કાઢવાનું બાકી હતું.

એટલામાં રોહનની કંપનીએ જણાવ્યું કે શ્વેતા અને ખુશી રોહનના વિઝા પર નિર્ભર પરિવારજનો તરીકે રહેતાં હોવાથી એમણે એક મહિનાની અંદર દુબઈ છોડીને જતાં રહેવું પડશે. દુબઈના નિયમ પ્રમાણે જો વર્કિંગ વિઝા ધરાવતી વ્યક્તિનું મૃત્યુ થઈ જાય તો તે પછી તેના પર નિર્ભર સ્વજનોના વિઝા આપોઆપ રદ થઈ જાય છે.

આમ, શ્વેતા અને ખુશી પાસે દુબઈ છોડી જવા માટે હવે માત્ર ત્રણ સપ્તાહનો સમય હતો.

શ્વેતા શૂન્યમનસ્ક થઈ ગઈ હોવાથી એને કંઈ સૂઝતું ન હતું.

આવામાં જય અને ટીનાએ જ એને યોગ્ય માર્ગ ચીંધવાનો હતો.

જયને રોહનની આર્થિક સ્થિતિ સહિતની અનેક બાબતોની જાણકારી હતી. એણે અને શ્વેતાએ રોહનનાં બૅન્ક અકાઉન્ટ, વીમાની પૉલિસીઓ તથા તેનાં રિયલ એસ્ટેટનાં રોકાણોની યાદી બનાવવાનું શરૂ કર્યું. તેમને એ જાણીને આઘાત લાગ્યો કે ફક્ત એક જોઈન્ટ અકાઉન્ટને બાદ કરતાં બધી જ ફાઇનાન્શિયલ ઍસેટ્સ રોહનના એકલાના નામે હતી. કમનસીબે, એ જોઈન્ટ અકાઉન્ટમાં ઘણી ઓછી રકમ હતી, કારણકે ઘરખર્ચ એમાંથી જ નીકળતો હતો.

એટલું સારું હતું કે બે વર્ષ પહેલાં લીધેલી વીમા પૉલિસીઓમાં એણે શ્વેતાના નામે નૉમિનેશન કરાવ્યું હતું.

યાદી બનાવતાં બનાવતાં તેમનું ધ્યાન ખોલાયા વગરનાં પરબિડિયાંના ઢગલા પર ગયું. એ બધાં કવર ક્રેડિટ કાર્ડ કંપનીમાંથી આવ્યાં હતાં. પરબિડિયાં ખોલીને જોયું કે તેમાંથી આઘાતજનક વિગત બહાર આવી. રોહનનું ક્રેડિટ કાર્ડનું બિલ લગભગ ૮,૦૦૦ દિરહામ જેટલું થઈ ગયું હતું.

નહીં ચૂકવાયેલા બિલની આવડી મોટી રકમ વિશે જયે શ્વેતાને પૂછ્યું. શ્વેતાએ જણાવ્યું કે એમણે છેલ્લા થોડા વખતમાં કોઈ મોટો ખર્ચ કર્યો ન હતો. આથી બિલ કેવી રીતે વધી ગયું તેની તેને જરાપણ ખબર નથી.

જયે બધાં સ્ટેટમેન્ટ ધ્યાનથી જોયાં ત્યારે ખબર પડી કે મૂળ દેણી રકમ તો માત્ર ૨,૦૦૦ દિરહામ હતી. બીજા ૬,૦૦૦ દિરહામ રકમ તો નહીં ચૂકવાયેલી રકમ પરનું વ્યાજ હતું.

ક્રેડિટ કાર્ડ કંપનીમાં તપાસ કરતાં માલૂમ પડ્યું કે રોહન હંમેશાં કુલ રકમ ચૂકવવાને બદલે લઘુતમ રકમ ચૂકવીને કાર્ડ ચાલુ રખાવતો હતો. એ નહીં ચૂકવાયેલી રકમ પર ૩૫થી ૪૦ ટકાના હિસાબે વાર્ષિક વ્યાજ લાગતું હતું અને તેથી જ દેણી રકમ ઘણી મોટી થઈ ગઈ હતી.

જય આ વાત માની શક્યો નહીં. ૮,૦૦૦ દિરહામ જેવડી મોટી લાયેબિલિટી અચાનક શ્વેતાના માથે આવી જતાં તેની મુશ્કેલીઓમાં ઑર વધારો થયો.

રોહને દુબઈમાં ખરીદેલી પ્રૉપર્ટીમાં પણ ક્યાંય શ્વેતા કે ખુશીના નામનું નૉમિનેશન ન હતું. રોહને ભરેલી રકમનો દસ્તાવેજ માત્ર કાગળ બનીને રહી ગયો.

રોહનની નાણાકીય લેવડદેવડ વિશે બીજું કંઈ ખબર હોય તો જણાવવા જયે શ્વેતાને વિનંતી કરી. શ્વેતાને માત્ર એટલું યાદ આવ્યું કે રોહન ક્યારેક ડાયરીમાં અમુક નોંધ ટપકાવતો. એ ડાયરી વિશે વધારે પૂછપરછ કરવાનું શ્વેતાએ મુનાસિબ માન્યું ન હતું.

ઘરના ખૂણેખૂણે શોધખોળ કરી ત્યારે એ ડાયરી મળી.

રોહને તેમાં અકાઉન્ટ નંબર સાથે બૅન્કનું નામ લખ્યું હતું. એ ખાતામાં જમા કરાયેલી રકમની એણે પોતાની રીતે પાસબુક જેવી એન્ટ્રીઓ કરી હતી. જયે ટોટલ કરતાં ૧.૨૦ લાખ દિરહામ જમા થયાનું જાણવા મળ્યું. આ અકાઉન્ટ વિશે રોહને ક્યારેય વાત કરી ન હતી એ જાણીને શ્વેતાને પણ આઘાત લાગ્યો.

બીજા દિવસે જય અને શ્વેતા બૅન્કમાં ગયાં તો જાણવા મળ્યું કે તેમાં પણ કોઈ જૉઇન્ટ હૉલ્ડર ન

હતું કે નૉમિનેશન ન હતું.

આ સ્થિતિમાં જયની ધીરજ ખૂટી. એણે શ્વેતાને પૂછ્યું, “રોહને વસિયતનામું તો બનાવ્યું હતું કે નહીં, એ ગાંડાને મેં કેટલી વાર કીધું હતું કે ફક્ત વૃદ્ધોએ વસિયતનામું બનાવવું એવું જરૂરી નથી.” “એણે ક્યારેય મને વસિયતનામા વિશે વાત કરી ન હતી,” શ્વેતાએ જવાબ આપ્યો.

બન્ને જણ પાછાં આખું ઘર ફંફોસવા લાગ્યાં. કોઈ સૉફ્ટ કૉપી હોય તો એ પણ ચાલશે એમ ધારીને શ્વેતાએ ઘરના પીસી અને લૅપટોપમાં પણ સર્ચ કરી જોયું.

તેને ‘ફૉર માય જાન’ ટાઇટલવાળી એક ફાઇલ મળી આવી. એમાં શું હશે એ જાણવા ફાઇલ પર ક્લિક કર્યું તો ખબર પડી કે ફાઇલ પાસવર્ડ પ્રૉટેક્ટેડ હતી અને તેને પાસવર્ડની ખબર ન હતી, કારણકે રોહને ક્યારેય ફાઇલ વિશે વાત કરી ન હતી.

શ્વેતાએ ઘણાય સંભવિત પાસવર્ડ ચકાસી જોયા, પરંતુ કંઈ ન થયું. આખરે, એ ફાઇલમાંથી કોઈ માહિતી ન મળી.

ખાસ કરીને માણસ જ્યારે પરદેશમાં વસિયતનામું બનાવ્યા વગર ગુજરી જાય ત્યારે તેની નાણાકીય અસ્કયામતોનું શું થાય છે તેના વિશે જયને પૂરતી જાણકારી હતી.

વાસ્તવમાં જે બન્યું એ આનાથી પણ ભયંકર હતું.

સ્થાનિક કાયદા મુજબ મૃતકની બધી જ ઍસેટ્સ અને બૅન્ક અકાઉન્ટ શિથિલ કરી દેવાતાં અને પછી કાનૂની સત્તાવાળાઓ કાયદેસરના વારસદારોમાં સંપત્તિનું વિતરણ કરવાનો અધિકાર ધરાવતા. રોહનના કિસ્સામાં આવું જ બન્યું. જયને ખબર હતી કે આમાં ઘણો સમય નીકળી જશે. આથી એણે વકીલનો સંપર્ક કર્યો. વકીલે કહ્યું કે વિદેશી વ્યક્તિ દુબઈમાં વસિયત લખ્યા વગર અવસાન પામે તો તેની સંપત્તિને સ્થાનિક કાયદા લાગુ થાય કે એ વ્યક્તિના દેશના કાયદા લાગુ થાય એ બાબતે કોઈ સ્પષ્ટ જોગવાઈ ન હતી.

રોહનના કિસ્સામાં તો દુબઈમાં કે ભારતમાં, ક્યાંય કોઈ વસિયતનામું બનાવાયું ન હતું. શ્વેતા પાસે

હવે ઘણો ઓછો સમય હતો તેથી જયે પોતાના નામે પાવર ઑફ ઍટર્ની બનાવવાની સલાહ આપી. વકીલે જણાવ્યું કે આ સંજોગોમાં અદાલતનો નિર્ણય આખરી ગણાશે. શ્વેતાને જયના નામે પાવર ઑફ ઍટર્ની બનાવવામાં કોઈ વાંધો ન હતો.

વકીલની ઑફિસે જતાં જતાં શ્વેતાએ અચકાતાં અચકાતાં જયને કહ્યું, “જય, આ જવાબદારી તારા માથે નાખું છું. તે અને ટીનાએ પોતાનું કામકાજ છોડીને મારી સાથે ઘણા ધક્કા ખાધા છે. તમે બન્ને મારા લીધે બહુ હેરાન થયાં.”

જયે કહ્યું, “ના શ્વેતા, એવું ના બોલ. આ બધું કરવામાં મને કોઈ વાંધો નથી, પણ મારે તને એક જ સવાલ પૂછવો છે.”

એણે દુ:ખભર્યા સ્વરે પૂછ્યું, “હું રોહનને સારી રીતે ઓળખતો હતો. એ સાહસી સ્વભાવનો હતો, પરંતુ સાવ બેફિકરી હતો અને ઝડપથી બધું મેળવી લેવાની વૃત્તિ ધરાવતો હતો. એણે જાણ્યે-અજાણ્યે આ બધી નાણાકીય ભૂલો કરી છે એ બાબતે મને જરાપણ સહાનુભૂતિ નથી.

એ તો એવો જ હતો, પણ તને શું થઈ ગયું હતું? એણે એકલાએ જ આટલા બધા નિર્ણયો લઈ લીધા અને તને ખબર પણ ના પડવા દીધી? તું તો પહેલેથી જ ધીર-ગંભીર અને ઠાવકી હતી.

રોહનના જીવનની અસ્તવ્યસ્તતાને દૂર કરી શકે એવી તારી ક્ષમતા હતી. તે ક્યારેય કેમ તેને નાણાકીય બાબતોમાં નિર્ણયો લેવામાં ટોક્યો કે રોક્યો નહીં? એણે શું ક્યારેય તારી પાસે અભિપ્રાય માગ્યો જ ન હતો? શું તું માતૃત્વમાં એટલી ખોવાઈ ગઈ કે તે જરાપણ ધ્યાન ન આપ્યું? આવું કેમ થયું, શ્વેતા? મેં કૉલેજના વખતમાં જોઈ હતી એ શ્વેતા ક્યાં ગઈ?”

સવાલ ઘણા હતા, પણ શ્વેતા પાસે એકેયનો જવાબ ન હતો.

ચોધાર આંસુએ રડી રહેલી શ્વેતાએ આખરે થોડી હિંમત એકઠી કરીને જયને કહ્યું, “તારી વાત એકદમ સાચી છે. મારી જ બધી ભૂલ છે. ફક્ત દુબઈમાં થયું એવું નથી. તેની પહેલાં જ પણ હું જ્યારે રોહનને કંઈ અયોગ્ય કરતાં કે વિચારતાં જોતી ત્યારે હું તેને આસ્તેથી ચેતવતી અથવા તો

મારો ચોખ્ખો અભિપ્રાય આપવાનું ટાળતી, કારણકે મને ડર લાગતો કે એ કદાચ મારી વાતથી અપસેટ થઈ જશે કે મારા પ્રત્યે તેના પ્રેમમાં ખામી આવી જશે."

"આઇ એમ સૉરી, જય..."

બીજા જ દિવસથી એમણે બૅન્કો, વીમા કંપનીઓ, રિયલ એસ્ટેટ ડેવલપરોની ઑફિસો અને તેમના વકીલની કચેરીએ જવાનું શરૂ કર્યું, જેથી કાનૂની આંટીઘૂંટીઓને ઉકેલીને જરૂરી દસ્તાવેજો તૈયાર કરાવી શકાય અને કાયદાનું પાલન કરીને સંપત્તિ પ્રાપ્ત કરી શકાય.

બધે જ તેમને અવરોધો નડી રહ્યા હતા. વીમા પૉલિસીઓ હજી બે વર્ષ પહેલાં જ લેવાઈ હોવાથી વીમા કંપનીઓ એ તપાસ કરી રહી હતી કે રોહનને પહેલેથી જ કોઈ ગંભીર બીમારી હતી કે કેમ. એ તપાસ ચાલી રહી હોવાથી દાવાની રકમ ચૂકવવામાં આવી ન હતી.

બધી જ પૉલિસીઓ મળીને કુલ ૫,૦૦,૦૦૦ દિરહામ જેટલું રિસ્ક કવર હતું. આશ્ચર્યની વાત તો એ કે માત્ર બે વર્ષના ગાળામાં રોહને આ પૉલિસીઓ પાછળ ૨,૦૦,૦૦૦ દિરહામ પ્રીમિયમ તરીકે ભરી નાખ્યા હતા.

માત્ર રોહનના નામનું જે બૅન્ક અકાઉન્ટ હતું તેમાંની નોંધપાત્ર રકમ અદાલત આદેશ આપે તો જ મળી શકે એમ હતું.

રિયલ એસ્ટેટના ડેવલપરે રોહનના કેસમાં દિલસોજી દાખવી, પરંતુ કહ્યું કે પોતાની નાણાકીય કટોકટી એટલી ઊંડી છે કે રોહને ચૂકવેલી ડિપૉઝિટ પાછી ચૂકવવાની તેની ત્રેવડ રહી નથી. આમ છતાં, એણે વચન આપ્યું કે તેની પરિસ્થિતિ જેવી સુધરશે એવું જ એ શ્વેતાને વ્યાજસહિત પૈસા પાછા આપી દેશે. જય અને શ્વેતા સારી પેઠે જાણતાં હતાં કે આ બધી કહેવાની વાતો છે.

રોહન જે ઍડવર્ટાઇઝિંગ કંપનીમાં કામ કરતો હતો ત્યાંથી કોઈ ગ્રેચ્યુઇટી મળવાની ન હતી, કારણકે એ હજી દોઢેક વર્ષ પહેલાં જ ત્યાં જોડાયો હતો. તેનો પગાર તથા બીજા લાભ કોઈ પણ તકરાર વગર શ્વેતાને ચૂકવી દેવાયાં. આ રકમ ૮,૦૦૦ દિરહામ જેટલી હતી.

આ રકમ મળી કે જયે તરત જ શ્વેતાને કહ્યું કે એણે ક્રેડિટ કાર્ડની રકમ ચૂકવી દેવી. આ તો સારું થયું કે કંપનીમાંથી મળેલી રકમમાંથી ક્રેડિટ કાર્ડની પૂરેપૂરી રકમ ચૂકવી દેવાય એમ હતું. ક્રેડિટ કાર્ડની ચૂકવણી કરીને કાનૂની ઝંઝટોથી બચી શકાય એમ હતું. આથી એ રકમ તરત જ પાછી વાળી દેવાઈ. અદાલતનો આદેશ જલદી આવે એમ ન હતું. તેના માટે ઘણા દસ્તાવેજો તૈયાર કરવાની જરૂર હતી. સૌથી પહેલાં તો ભારતમાંથી રોહનના પરિવારનું 'નો ઑબ્જેક્શન સર્ટિફિકેટ' લેવાનું હતું, જેથી શ્વેતાને રોહનની સંપત્તિનો કબજો આપી શકાય.

આ બધી પ્રક્રિયા કરવામાં ત્રણ સપ્તાહ નીકળી ગયાં, પણ બધું કામ પૂરું થયું નહીં.

છેવટે જયે શ્વેતાને આશ્વાસન આપતાં કહ્યું કે એણે ચિંતા કરવી નહીં, એ બધું સંભાળી લેશે. જયે સૂચન કર્યું કે દુબઈમાંના રોહન સાથેના જૉઇન્ટ અકાઉન્ટમાંથી એણે મુંબઈના એનઆરઈ અકાઉન્ટમાં ૨૦,૦૦૦ દિરહામ ટ્રાન્સફર કરાવી લેવા. ભારતમાં આ રકમ લગભગ અઢી લાખ રૂપિયા થાય અને તેમાંથી ત્યાંનો પ્રારંભિક ખર્ચ નીકળી શકે.

આ વાત કર્યા બાદ તેઓ તરત જ બૅન્કમાં ગયા અને ભારતમાં રૂપિયા મોકલી આપ્યા. બીજા જ દિવસે શ્વેતા અને ખુશી મુંબઈ જવા રવાના થયાં.

દુબઈના એ ફ્લૅટમાં છેલ્લી રાતે સુટકેસ અને બીજા લગેજથી આખો ઓરડો ભરાઈ ગયો હતો. ખુશી શ્વેતાના ખોળામાં સૂતી હતી, પણ તેના જીવનમાં ખાલીપો ભરાઈ ગયો હતો.

રાતના ભેંકાર અંધકાર કરતાં પણ શ્વેતાના જીવનમાં વધુ અંધકાર હતો.

એ સાવ એકલી પડી ગઈ હતી અને રોહનના નિધન બાદ બનેલી ઘટનાઓને લીધે તેની નાણાકીય સ્થિતિ આપદાભરી હતી. સ્વતંત્ર, ખમીરવંતી અને સમજુ-ડાહી વ્યક્તિ તરીકેની તેની છાપ જાણે સાવ ભુંસાઈ ગઈ હતી.

તેના મગજના દરેક ખૂણેથી સવાલો જાગી રહ્યા હતા.

પોતાની મમ્મી અને પરિવારજનો તથા મિત્રો જ્યારે તેને મળશે ત્યારે એ કઈ રીતે પોતાનું મોં

બતાવશે? ખુશીના શિક્ષણનું શું થશે? શું એ પોતાનાં માતાપિતા પર બોજ બની જશે, કારણકે તેની પાસે કોઈ નાણાકીય સુરક્ષા ન હતી? તેને કોણ માર્ગદર્શન આપશે? એ બધા સવાલોનો મારો ચાલી રહ્યો હતો.

સંકટની આ ઘડીમાં તેને કોઈક પ્રેરણાની જરૂર હતી. તેને ફક્ત એક જ આશાનું કિરણ દેખાયું અને એ હતા એના પપ્પા.

તેને અચાનક 'દોસ્ત' ફિલ્મનું પપ્પાનું મનગમતું ગીત યાદ આવ્યું. શ્વેતા નાની હતી ત્યારે તેઓ એ ગીત ગણગણતા.

એણે ફોન ઉપાડીને ગીત સર્ચ કર્યું. ઇયરફોન લગાડીને એ પ્રેરણાદાયી ગીતના સ્વરોમાં ખોવાઈ ગઈ:

गाड़ी बुला रही है, सीटी बजा रही है
चलना ही ज़िंदगी है, चलती ही जा रही है
देखो वो रेल, बच्चों का खेल, सीखो सबक जवानों
सर पे है बोझ, सीने में आग, लब पर धुंआ है जानो
फरि भी ये गा रही है, नगमें सुना रही है
गाड़ी बुला...
आगे तूफ़ान, पीछे बरसात, ऊपर गगन पे बिजली
सोचे न बात, दिन हो के रात, सिगनल हुआ के निकली
देखो वो आ रही है, देखो वो जा रही है
गाड़ी बुला...
आते हैं लोग, जाते हैं लोग, पानी के जैसे रेले
जाने के बाद, आते हैं याद, गुज़रे हुए वो मेले
यादें मिटा रही है, यादें बना रही है
गाड़ी बुला...
गाड़ी का नाम, ना कर बदनाम, पटरी पे रख के सर को
हिम्मत न हार, कर इंतज़ार, आ लौट जाएं घर को
ये रात जा रही है, वो सुबह आ रही है
गाड़ी बुला...

આ ગીતના શબ્દો તેની માનસિક સ્થિતિને વર્ણવતા હોય એવું લાગ્યું અને શ્વેતા આંસુ લૂંછતાં-લૂંછતાં ધીરેકથી બોલી, "થેંક યુ પપ્પા." પાંચ મિનિટના આ ગીતે તેનામાં સકારાત્મકતા અને શક્તિનો સંચાર કરી લીધો.

એણે હળવેથી ખુશીનો હાથ ઝાલ્યો અને મનને મક્કમ કરતાં કહ્યું, "હવે હું આ દુનિયાનો સામનો કરવા સજ્જ છું."

જય અને ટીના એને ઍરપોર્ટ પર મૂકવા આવ્યાં હતાં. શ્વેતા લાગણીવશ હતી, છતાં શાંત હતી.

જતાં જતાં એ ટીનાને ભેટી પડી અને બોલી, "રોહન દુબઈમાં જ રહેવા માગતો હતો. એને ક્યારેય ભારત પાછું જવું ન હતું. જુઓ, એની બન્ને ઈચ્છા કેવી રીતે પૂરી થઈ ગઈ!"

એ વખતે જય પહેલી વાર શ્વેતાની સામે ભાંગી પડ્યો. "ઇતના બડા જુગાડ કર દિયા ઉસને, અકેલે હી ચલ દિયા. રોહન, યુ રાસ્કલ..." એમ કહેતાં જ એ ડૂસકે ડૂસકે રડવા લાગ્યો.

શ્વેતાએ જયને સાંત્વન આપવું પડ્યું. મનને મક્કમ કરીને એ બોલી, "વો હર બાર ઉડના ચાહતા થા...બસ રૂકના નહીં ચાહતા થા."

"ટીના, જયને સંભાળજે," શ્વેતાએ વિદાય લેતાં કહ્યું.

જય અને ટીનાએ તેને કરેલી મદદ બદલ પાડ માનવા તેની પાસે શબ્દો ન હતા. એ તેમની જીવનભરની ઋણી બની ગઈ હતી.

ભારે હૈયે શ્વેતા ખુશીને લઈને દુબઈને અલવિદા કહીને નીકળી પડી.

સ્વદેશ સાદ પાડી રહ્યો હતો....

ફિલ્મ
યોર્સ ફાઈનાન્શિયલી
સ્વદેસ

જીવનસાથી વગર મુંબઈ પાછા ફરવાનું શ્વેતા માટે કેટલું આકરું હશે એની કલ્પનામાત્રથી ધ્રુજારી છૂટે છે!

તેનાં માતાપિતા અને સાસુ-સસરા ઍરપોર્ટ પર આવી પહોંચ્યાં હતાં. શ્વેતા અને રોહન ગયા વખતે હસીખુશી મુંબઈ આવ્યાં હતાં એ યાદ હજી તેમના સ્મૃતિપટ પર તાજી હતી; અને હવે આ દશ્ય જોવાનો વારો આવ્યો....શ્વેતાને વિધવા અવસ્થામાં જોવી એ સ્વપ્નમાંય હચમચાવી દે એવું દશ્ય આજે હકીકત બનીને સામે ઊભું હતું.

શ્વેતાના પિતાએ આ સ્થિતિની ગંભીરતા પહેલેથી જ પારખી લીધી હતી અને તેથી આ નાજુક સમયને એમણે સાચવી લીધો.

શ્વેતાએ પહેલાં રોહનના ઘરે જવાનો આગ્રહ રાખ્યો. ત્યાં જઈને રોહન સાથે વિતાવેલા પરિણીત જીવનના પ્રારંભિક દિવસોનાં સંભારણાંમાં સાંત્વન ઝંખતું તેનું હૃદય અંદરથી કકળી રહ્યું હતું.

એણે રાતભર અનિમેષ રહીને ઘરના દરેક ખૂણે રોહનની હાજરીનો અનુભવ કર્યો. લગ્નજીવનનાં ૧૧

વર્ષોની એક ઝલક એની નજરો સામેથી પસાર થઈ ગઈ.

એના મનમાં એક જ સવાલ હતો, "આખરે ભૂલ ક્યાં થઈ?"

રોહને ઘણા ઓછા સમયમાં શ્રીમંતાઈ અને પ્રતિષ્ઠા મેળવવાની મહત્ત્વાકાંક્ષા રાખી એમાં કંઈ ખોટું હતું? શું રોહનનો માર્ગ નીતિપૂર્ણ ન હતો? નાણાંભીડને એ કેમ સહન કરી શક્યો નહીં? પોતે રોહનને ખોટા અને ઉતાવળિયા નિર્ણયો લેતાં નહીં રોકીને ભૂલ કરી એવું જયનું કહેવું શું યોગ્ય હતું? એવા ઢગલાબંધ વિચારો તેના મનમાં ઘુમરાયા કરતા હતા.

...પણ તેમાંથી એકેયનો ઉત્તર મળી રહ્યો ન હતો. ક્યાં ભૂલ થઈ એ સવાલ તો હજી ઊભો ને ઊભો જ હતો. આગામી થોડા દિવસો સુધી મિત્રો અને પરિજનો સાંત્વન આપવા આવશે એના માટેની માનસિક તૈયારી એણે કરી રાખી હતી. એ પૂરું થયા બાદ એ ફરીથી ખુશી અને વાલીઓ જોડે રહેવા છતાં એકલી પડી જવાની હતી.

શ્વેતાએ મનોમન નક્કી કરી લીધું કે એ ભાવનાત્મક, સામાજિક કે નાણાકીય રીતે માતાપિતા કે સાસુ-સસરા પર નિર્ભર નહીં રહે. બન્ને પક્ષે વાલીઓ નિવૃત્તિની વયે આવી ગયાં હતાં અને તેમની પણ પોતપોતાની સમસ્યાઓ રહેવાની હતી.

રોહને મુંબઈની નજીક ફ્લૅટ લીધાનું તેને યાદ આવ્યું. આશરે ૩૫૦ ચોરસ ફૂટના એ ઘર માટે ૧૦ લાખ રૂપિયાનું રોકાણ કરવામાં આવ્યું હતું. શ્વેતાને રોહનના પિતાએ જણાવ્યું હતું કે જ્યાં ફ્લૅટ છે એ વિસ્તાર જરાપણ ડેવલપ થયો નથી. ઊલટાનું, આજુબાજુ ઝૂંપડપટ્ટી ઊભી થઈ ગઈ છે.

એ પ્રૉપર્ટીનું મૂલ્ય વધવાનો તો સવાલ જ ન હતો. માત્ર એક વાતનો દિલાસો હતો કે ફ્લૅટ રોહન અને શ્વેતા બન્નેના નામે ખરીદાયો હતો.

શ્વેતાને તેનાં માતાપિતા સાથે રહેવા માટે રોહનના વડીલોએ સંમતિ આપી દીધી.

પછીના બે દિવસોમાં શ્વેતાની મુલાકાત ઘણા લોકો સાથે થઈ. તેમાંની એક હતી પ્રીતિ. આ એ જ પ્રીતિ હતી જેની સલાહથી શ્વેતાએ દુબઈ જતાં પહેલાં ૨૦૦૩માં મ્યુચ્યુઅલ ફંડમાં ૩ લાખ રૂપિયા

રોક્યા હતા.

પ્રીતિએ જણાવ્યા મુજબ એ રોકાણનું મૂલ્ય હવે ૯ લાખ રૂપિયા થઈ ગયું હતું. સંપૂર્ણપણે કરમુક્ત એવું આ રોકાણ આઠ વર્ષમાં લગભગ ત્રણ ગણું થઈ ગયું એ ઘણું જ સારું વળતર કહેવાય.

પ્રીતિને એમ હતું કે રોકાણનું વધેલું મૂલ્ય જાણીને શ્વેતાની ગમગીની થોડી ઘટશે, પરંતુ શ્વેતાના ચહેરા પર ફિક્કા સ્મિત સિવાય બીજું કંઈ દેખાયું નહીં. એણે કહ્યું, "પ્રીતિ, તારી વાત સાચી છે કે સારું વળતર મળ્યું છે અને ભવિષ્યમાં મને આ પૈસા કામે આવશે, પરંતુ સાચું કહું તો, મને હવે આ આંકડાઓમાં જરાપણ રસ પડતો નથી. રોહન અહીં હોત તો એને ઘણો જ આનંદ થાત. તું એને કહી શકી હોત કે એની પ્રિય રિયલ એસ્ટેટ કરતાં અહીં સારું વળતર મળ્યું છે. જોકે, પ્રીતિ મારે હજી તારી મદદની જરૂર છે. આ એનઆરઈ અને એનઆરઓ અકાઉન્ટ બાબતે તારે મને મદદ કરવાની છે. દુબઈમાં અમારા ક્લેમ પાસ થયા બાદ જો પૈસા આવશે તો આ અકાઉન્ટ ઉપયોગી થશે. હવે તું જ મને કહે કે મારે કેવી રીતે આગળ વધવું."

"શ્વેતા, તું જરાય ચિંતા કરતી નહીં. હું તારી સાથે જ છું," પ્રીતિએ ધરપત આપી.

એક મહિનામાં બધી ઔપચારિકતાઓ તો પૂરી થઈ ગઈ, પણ શ્વેતાનું મન હજીય અશાંત હતું. એ સંજોગો સાથે ઍડજસ્ટમેન્ટ કરવાનો પ્રયત્ન કરતી હતી, પરંતુ નેગેટિવ યાદો અને વિષાદ શમી રહ્યાં ન હતાં.

દરમિયાન, શ્વેતા ખુશીને શાળામાં પ્રવેશ અપાવવાના કામમાં બિઝી થઈ ગઈ.

એણે પોતાના માટે પણ યોગ્ય નોકરી શોધી લેવાની આવશ્યકતા અનુભવી હતી. એમ કરવાના બે લાભ હતા. એક, એ માનસિક સંતાપમાંથી બહાર આવી શકે અને બે, આર્થિક દૃષ્ટિએ પગભર થઈ શકે.

શ્વેતાને ભૂતકાળની ભુતાવળ સતાવી રહી હોવાનું તેના પિતા સ્પષ્ટપણે જોઈ શકતા હતા. તેના મનમાં વલોવાઈ રહેલા સવાલોના જવાબ નહીં મળે ત્યાં સુધી તેને ચેન નહીં પડે એ વાત તેમને સમજાઈ ગઈ હતી.

શ્વેતાએ પોતાની ખરી ઓળખ સ્થાપીને નવી ઇનિંગ્સ શરૂ કરવાની જરૂર હતી.

પિતાએ એક સાંજે શ્વેતાને પૂછ્યું, "બેટા, તારા બધા સવાલોના જવાબ તને અહીં બેઠાં-બેઠાં નહીં મળે. તેના માટે તારે આ વાતાવરણમાંથી બહાર એવી જગ્યાએ જવું પડશે જ્યાં તું અગાઉ ક્યારેય ગઈ નથી. એવી જગ્યા, જ્યાં તને કોઈ યાદ સતાવે નહીં અને તું તારા જીવનની નવી-નવી ક્ષિતિજો વિસ્તારી શકે.

એક મહિના માટે તું ફરી એક વાર નાની શ્વેતા બની જા. બેગ ભરી લે અને તને જ્યાં જવાનું મન થાય અને જ્યાં શાંતિ મળશે એવું લાગે ત્યાં ઉપડી જા. ખુશીની ચિંતા જરાય કરતી નહીં. તેને હવે અમારી સાથે ફાવી ગયું છે. ખરું પૂછો તો એ હવે અમારી કાળજી લે એટલી ડાહી થઈ ગઈ છે!!

મને ખાતરી છે કે તું જ્યાં જશે ત્યાં તને તારા સવાલોના જવાબ મળી જશે."

પિતામાં અખૂટ શ્રદ્ધા ધરાવતી શ્વેતાને તાજી હવાની લહેરખી આવ્યા જેવો અનુભવ થયો.

એ પિતાને ભેટી પડતાં બોલી, "તુસ્સી ગ્રેટ હો પાપા. હું જવાની તૈયારી કરું છું."

શ્વેતાએ લાંબા સમય બાદ ઉત્સાહ અનુભવ્યો. બૅન્કમાં પડેલા દોઢ લાખ રૂપિયા તેના માટે બહારગામમાં રહેવા માટે પૂરતા હતા.

એક પૉઝિટિવ ઘટના બાદ બીજી અનેક પૉઝિટિવ ઘટનાઓ બનવા માંડી. દુબઈથી જયનો ફોન આવ્યો. એણે જણાવ્યું કે વીમા કંપનીઓએ રોહનની પૉલિસીઓની ૧૦ ટકા રકમ છૂટી કરવાનું નક્કી કર્યું છે.

જયે દાખલા અને દલીલો દ્વારા વીમા કંપનીઓને સમજાવ્યું હતું કે રોહને પોતાના આરોગ્ય વિશેની કોઈ વાત તેમનાથી છુપાવી ન હતી. પોતાની વાત વીમા કંપનીઓના અધિકારીઓના ગળે ઉતારવાની તેની મહેનત રંગ લાવી હતી.

જોકે, એણે કહ્યું પણ ખરું કે રોહને સાવ નજીવું વળતર આપે અને જીવનવીમાની રકમ પણ પૂરતી

ન હોય એવી વીમા પૉલિસીઓમાં મોટાં પ્રીમિયમ ભરીને આખરે તો નુકસાન જ કર્યું હતું. તેનું આ પગલું ઘણી મોટી ભૂલ પુરવાર થયું હતું.

શ્વેતાએ એ વાતમાં રસ લેવાને બદલે એટલું જ પૂછ્યું, "કેટલા પૈસા મળશે, જય?"

"આપણને ૫૦,૦૦૦ દિરહામ એટલે કે ૬,૦૦,૦૦૦ રૂપિયા મળવાના છે. હું તમારા એનઆરઈ અકાઉન્ટમાં રકમ મોકલવાની વ્યવસ્થા કરું છું."

જયનો આભાર માનવા માટે શ્વેતાની પાસે શબ્દો ન હતા. જે પણ રકમ મળી એ નફામાં જ સમજવી પડે એમ હતું.

શ્વેતાએ ટ્રિપ પર જવાના પોતાના આયોજનની જાણ કરી ત્યારે જય ખરેખર રાજી થયો. એ સમજી ગયો કે શ્વેતાના મનનો કોલાહલ હવે ધીમે-ધીમે શાંત પડી રહ્યો છે. આ પ્રવાસ તેના જીવનની ગાડીને ફરીથી પાટે ચડાવશે એવી શુભેચ્છા જય અને ટીનાએ આપી.

શ્વેતાના બૅન્ક અકાઉન્ટમાં છ લાખ રૂપિયા આવી ગયા હોવાથી થોડો સમય એણે પોતાના જીવનના આર્થિક પાસા વિશે ચિંતા કરવાની જરૂર રહી ન હતી. એણે મનને શાતા વળે એવું કોઈ સ્થળ શોધવા માટે વિચાર શરૂ કર્યો. કોઈ હિલ સ્ટેશન તેના માટે યોગ્ય જગ્યા ન હતું. રિસોર્ટમાં જવાનો પણ કોઈ સવાલ ન હતો. યોગ્ય સ્થળની પસંદગી ખરેખર મુશ્કેલ હતી.

એવામાં એક દિવસ ખુશી ટીવી પર 'થ્રી ઇડિયટ્સ' ફિલ્મ જોઈ રહી હતી. શ્વેતાએ બૂચકારતાં કહ્યું, "બેટા, હવે સૂઈ જા. આવતી કાલે સ્કૂલે જવાનું છે ને!"

"મમ્મી, બસ ૧૦ મિનિટ... જો ને કરીનાને આમીર મળી ગયો. કેવી સરસ જગ્યા છે ને!"

શ્વેતાએ થાકેલી આંખે ટીવી સામે જોવાનો પ્રયાસ કર્યો. સ્ક્રીન પર દેખાતું સ્થળ ખરેખર ઘણું સુંદર હતું.

ફિલ્મ તો પછી પાંચ મિનિટમાં પૂરી થઈ ગઈ, પરંતુ એ દશ્ય તેની નજર સામેથી ખસતું ન હતું.

તેનાથી બોલી જવાયું, "મળી ગઈ, મને આવી જ જગ્યાની શોધ હતી."

બીજા દિવસે શ્વેતાએ તપાસ કરી તો જાણવા મળ્યું કે એ તો લેહનું દશ્ય હતું. હિમાલયની તળેટીમાં વસેલી એ જગ્યા હતી.

એણે ખુશીને પોતાના પ્રવાસ વિશે વધુ વાત ન કરી, પણ એટલું કહી દીધું કે નાના-નાની તેનું ધ્યાન રાખશે.

ખુશી પણ એના સ્વર્ગવાસી પિતા જેવી ફિલ્મી હતી. એણે એક પળનોય વિલંબ કર્યા વગર કહ્યું, "જા શ્વેતા, જી લે અપની જિંદગી. ઑલ ઇઝ વેલ."

શ્વેતાને લાગ્યું કે ખુશીના મોંઢેથી રોહન જ બોલી રહ્યો છે.

બીજા દિવસે શ્વેતાએ પિતા સમક્ષ લેહ જવાની ઈચ્છા વ્યક્ત કરી અને પિતા પણ તેની પસંદગીથી રાજી થયા.

દુબઈથી થોડા વખત પહેલાં રકમ આવ્યાની તેમને જાણ હોવાથી એમણે સૂચન કર્યું કે શ્વેતાએ લેહ જતાં પહેલાં એ રકમનો હિસાબ-કિતાબ જોઈ લેવો.

પૈસાની વાત આવી એટલે શ્વેતાને પ્રીતિ યાદ આવી. મ્યુચ્યુઅલ ફંડ દ્વારા મળેલા સરસ મજાના વળતરનું શ્રેય એણે પ્રીતિને જ આપ્યું હતું. એણે તરત જ પ્રીતિને ફોન જોડ્યો.

કૉફી શોપમાં બેઠાં-બેઠાં શ્વેતાએ પ્રીતિને દુબઈથી લઈને અત્યાર સુધીની તમામ નાણાકીય બાબતોની જાણકારી આપી દીધી.

જયની જેમ જ એણે કહ્યું કે રોહને બહુ મોટી નાણાકીય ભૂલો કરી હતી અને એની જેમ જ સવાલ પૂછ્યો, "શ્વેતા, આ બધું બની રહ્યું હતું ત્યારે તું ક્યાં હતી?

તારે તો હીરોઇનની ભૂમિકા ભજવવાની હતી, પણ તું તો મહેમાન કલાકાર બનીને રહી ગઈ!"

શ્વેતા શું બોલે! આ જ વાત એણે નિકટની વ્યક્તિ પાસેથી ફરી સાંભળી હતી; પહેલાં જય અને હવે પ્રીતિ.

પ્રીતિએ શ્વેતાને હિંમત આપતાં કહ્યું, “હું બધું સંભાળી લઈશ, તું ચિંતા નહીં કર. આખરે, જરૂર હોય ત્યારે કામ આવે એ જ સાચો મિત્ર કહેવાય ને!”

શ્વેતાએ વ્યવહારે કહ્યું, “થેંક યુ વેરી મચ. પણ આ વખતે તું એક મિત્ર તરીકે નહીં, પણ પ્રૉફેશનલ તરીકે સેવા આપીશ. તારી સલાહનું મૂલ્ય મને સમજાય છે. તારે પ્રૉફેશનલ ફી તો લેવી જ પડશે. હું આર્થિક સ્થિતિ સંભાળવા જેટલી સક્ષમ બની જાઉં એમાં તારે જ મને મદદ કરવાની છે.”

શ્વેતાને કળ વળી. એણે હાલની ઘડીએ નાણાકીય બાબતોની ચિંતા કરવાની જરાય જરૂર ન હતી. સ્વની નજીક રહેવા માટે એ દૂરના સ્થળે જવા સજ્જ થઈ ગઈ હતી.

એ પછીના પંદરેક દિવસ તેના દિલોદિમાગમાં ‘પરિચય’ ફિલ્મનું આ ગીત ગણગણતું હતું:

“મુસાફિર હૂં યારોં, ના ઘર હૈ ના ઠિકાના,

મુઝે ચલતે જાના હૈ, બસ ચલતે જાના...”

ફિલ્મ
યોર્સ ફાઇનાન્શિયલી
સફર

શ્વેતાએ પોતાનો દૃષ્ટિકોણ બદલાય અને કંઈ જુદું લાગે, અને ખાસ તો 'પૉઝિટિવ' થવાય એ માટેનો પ્રવાસ શરૂ કર્યો. એણે એક નાની ટ્રાવેલ બૅગ લીધી અને લાલ સ્પૉર્ટ્સ શૂઝ પહેર્યા. એ પછી એણે માથા પર પીળું બંડાના બાંધ્યું અને આંખ પર સનગ્લાસીસ ચડાવ્યાં એટલે તે પરફેક્ટ 'મુસાફર' લાગવા માંડી. ખુશી પુલકિત થઈને બોલી ઊઠી, "વાઉ મોમ, યુ લૂક રોકિંગ! મજા કર અને મારી ચિંતા ન કરતી. હું હવે મોટી થઈ ગઈ છું."

"લવ યુ બેટા!" શ્વેતાએ કહ્યું અને ખુશીને કિસ કરી લેહ જવા રવાના થઈ.

શ્વેતાએ મુંબઈથી ચંડીગઢની સફર ટ્રેનમાં કરી અને ત્યાંથી બાય રોડ સતત ૫૦ કલાકની મુસાફરી બાદ લેહ પહોંચી.

લેહ પહોંચતાં વેંત કુદરતનો કરિશ્મા તેને ઘેરી વળ્યો. બરફાચ્છાદિત પર્વતો, અંતહીન મેદાનો, ભૂરું આકાશ અને રૂના ઢગલા જેવાં વાદળ. હવા શુદ્ધ, હલકી અને ઠંડી હતી. દશ્ય જાણે દીવાનખંડનું શો પીસ કે ફિલ્મનો સીન હોય એવું રળિયામણું હતું.

કુદરતને પૂર્ણ ખીલેલી જોઈને શ્વેતા અચરજથી મૌન થઈ ગઈ. વર્ણન કરવા તેની પાસે શબ્દો નહોતા. તેનું મન ભૂતકાળમાં સરી પડ્યું. દુબઈની યાદ આવી ગઈ, જ્યાં કૉંક્રીટના જંગલમાં માત્ર અને માત્ર ઊંચાં અને ચમચમતાં મકાનો અને ટાવર્સ હતાં. શ્વેતા માટે આ બન્ને દૃશ્યો સંપૂર્ણપણે વિરોધાભાસી હતાં.

પ્રથમ બે દિવસ એક નાની હૉટેલમાં રહ્યા બાદ શ્વેતાએ એક મહિનો રહી શકાય એવા સ્થળની શોધખોળ શરૂ કરી. મુખ્ય બજાર અને શહેરથી દૂર થોડી જગ્યાઓના વિકલ્પો એણે ચકાસ્યા.

બે-ત્રણ દિવસમાં એણે લેહ અને તેની આસપાસનાં જોવાલાયક સ્થળો પણ જોઈ લીધાં.

એક સપ્તાહ બાદ એક નાની રેસ્ટોરાંમાં એ પોતાની પ્રિય વાનગી - મોમોઝની મજા લઈ રહી હતી ત્યારે રેસ્ટોરાંના મૅનેજર અને લગભગ ચાળીસની ઉંમરના એક કપલ વચ્ચે થતી વાતચીત તેના કાને પડી.

કપલ તેમના એક ખાલી રૂમ માટે ભાડૂત મેળવી આપવાની વિનંતી મૅનેજરને કરી રહ્યું હતું.

એક પળનોય વિચાર કર્યા વિના શ્વેતા સીધી તેમને મળી અને વાત કરી. કપલે તેમનો રૂમ ભાડે આપવાની ઈચ્છા દર્શાવી. શ્વેતાએ ચોખવટ કરી કે એ માત્ર એક મહિના માટે રૂમ ભાડા પર રાખશે. કપલ થોડી વાર વિચાર કરીને શ્વેતાની દરખાસ્ત માટે સંમત થઈ ગયું.

એમણે શ્વેતાને જણાવ્યું કે તેમનું ઘર શહેરથી દૂર ટેકરિયાળ વિસ્તારમાં છે.

ભાડું મહિને ૧,૦૦૦ રૂપિયા રહેશે, કપલે શ્વેતાને જણાવ્યું.

એક પળનોય વિલંબ કર્યા વિના શ્વેતાએ કન્ફર્મ કર્યું, "યસ સર, ડન. ડીલ."

"શું હું હમણાં જ શિફ્ટ કરી શકું?" શ્વેતાએ પૂછ્યું.

કપલ સહેજ ચોંક્યું. એમાંની મહિલાએ કહ્યું "હા, તમે હાલ આવવા માગતાં હો તો આવી શકો

છો. અમારો રૂમ તૈયાર અને ખાલી છે.”

એમણે સ્થળનું પાકું સરનામું આપ્યું. “જ્યારે ઈચ્છા હોય ત્યારે આવી જજો.”

શ્વેતા તત્કાળ પોતાની હૉટેલ પર ગઈ અને ચેક આઉટ કર્યું. તે ઑટો લેવામાં હતી ત્યારે તેને યાદ આવ્યું કે ઘર ભાડે મળી ગયું એના ઉત્સાહમાં એ કપલનાં નામ પૂછવાનું જ ભૂલી ગઈ હતી.

એણે ઑટો કરી અને ડ્રાઈવરને ક્યાં જવાનું છે એ લૉકેશન કહ્યું ત્યારે ડ્રાઈવર બોલ્યો, “અરે, ઉધર ઉપર જાના હે,... મિ. ઍન્ડ મિસીસ ઈન્ડોઅમેરિકા કે ઘર પે જાના હૈ..... ૧૦૦ રૂપિયા ચાર્જ હોગા, બહોત ઉપર હૈ ન.”

“ઑકે.... ભાઈ ... ચલો!”

એને એ ન સમજાયું કે તેનામાં હકારાત્મક ઊર્જાનો એકાએક સંચાર કઈ રીતે થયો. કપલને એ જ્યારે મળી ત્યારે તેમના તરફથી શુભ સ્પંદનોનો શ્વેતાએ અનુભવ કર્યો હતો. કદાચ એના કારણે જ એ તેમના તરફ ખેંચાઈ આવી હતી. શ્વેતાએ તત્કાળ એ કપલ પ્રતિ ખેંચાણ અનુભવ્યું હતું.

ઑટોમાં અડધા કલાકના ચઢાણ બાદ શ્વેતા તેમના ઘરે પહોંચી. એક મજબૂત કાળી એસયુવી કાર તેમના ઘરની સામે જ પાર્ક કરેલી હતી, જેની પાછળના કાચ પર ‘એસબી’ પેઈન્ટ કરેલું હતું. એણે બેલ મારી અને એ દંપતીએ શ્વેતાનું ઉષ્માપૂર્ણ સ્વાગત કર્યું.

“આપણે મળ્યાં ને આટલી વાત કરી તેમ છતાં પરિચય આપવાનું તો ભૂલી ગયાં અને એકબીજાનાં નામ પણ હજી જાણતાં નથી. હાય, હું શ્વેતા, મુંબઈથી આવી છું.”

“હું સુમિત અને આ મારી પ્રેમાળ પત્ની બિંદિયા.”

તેમના ઘરને જોઈ શ્વેતા અભિભૂત થઈ ગઈ. તેમનું ઘર સ્ટાઈલિશ તેમ છતાં સાદું, સંપૂર્ણ સુવિધાથી સજ્જ, ગ્રામ્ય શૈલી અને પરંપરાગત દેખાવ ધરાવતું હતું. ફ્લૉરિંગ લાકડાનું હતું, ફર્નિચર બહુ ઓછું હતું અને ઉપરના માળે દરેક બેડરૂમ સાથે ઍટેચ્ડ બાલ્કની હતી.

સૌથી અધિક ધ્યાન ખેંચતી વસ્તુ હૉલમાંનું ૪૨ ઈંચનું ટીવી હતું. સાથે અત્યાધુનિક સાઉન્ડ સિસ્ટમ અને બાજુમાં વાઈ-ફાઈ રાઉટર હતું. શ્વેતાની નજર કેબિનેટ પર પડતાં જ એની આંખોમાં ચમક આવી ગઈ, કારણ કે તેમાં બૉલિવૂડની ફિલ્મોની વીસીડીઝ અને ડીવીડીઝ ભરેલી હતી.

એ ઘર એણે અત્યાર સુધીમાં જોયેલાં ઘરોમાં સૌથી વધુ ક્યુટ હતું.

બિંદિયાએ શ્વેતાને તેનો રૂમ બતાવ્યો. સિંગલ બેડ સાથે એક કબાટ અને એક દિવાન હતો, જેના પર પોચાં રમકડાં અને નાના તકિયા ગોઠવેલાં હતાં.

શ્વેતાને રૂમ ગમી ગયો અને તેમાં એ સેટલ થાય ત્યાં સુધીમાં રાત પડી ગઈ. શ્વેતા ડિનર માટે ફરી ટાઉનમાં કેવી રીતે જવું એ વિચારવા લાગી, ત્યાં બિંદિયાએ બૂમ પાડી, “શ્વેતા ડિનર તૈયાર છે!”

સુમિતે ઉમેર્યું, “ચિંતા ન કરતાં, રેન્ટના પૅકેજમાં ડિનર અને બ્રેકફાસ્ટ સામેલ છે.” શ્વેતાને જમવાના રૂપિયા ચૂકવવાના નહોતા એના આનંદ કરતાં જે રીતે સુમિત અને બિંદિયાએ તેમના ઘરે મહેમાનને આવકાર આપ્યો હતો એનો હરખ વધારે હતો.

ડિનર કરતાં કરતાં એમણે લેહના હવામાન, ભૌગોલિક રચના, સ્થાનિક ખોરાક અંગે વાતચીત કરી અને છેલ્લે સુમિતે જાહેર કર્યું કે તેને હિંદી ફિલ્મોનો ભારે શોખ છે અને એની એ એકમાત્ર ઘેલછા છે. સુમિતે કહ્યું, “તે માર્ક કર્યું હશે શ્વેતા કે અમારા આ સાદા ઘરમાં એકમાત્ર વૈભવી અને ભપકાદાર ચીજ હોય તો તે છે મોટું ટીવી અને અસંખ્ય ડીવીડીઝ. ફિલ્મો જોયા વિના હું રહી શકતો નથી.” શ્વેતાને લાગ્યું કે એનો રોહન તેના ફિલ્મોના ગાંડા શોખને સુમિતના શબ્દો દ્વારા વ્યક્ત કરી રહ્યો છે. એ પછી બિંદિયાએ શ્વેતાને પૂછ્યું કે તે લેહમાં ક્યારે આવી અને શા માટે તે લેહમાં મહિનો રહેવા માગે છે. એણે માત્ર એટલું કહ્યું કે હું મુંબઈની આઈટી પ્રૉફેશનલ છું અને અત્યારે વૅકેશન પર છું. પછી શ્વેતાએ જિજ્ઞાસાવશ તેમને પૂછ્યું, “મારી હોટેલથી તમારા ઘર સુધી ઓટો કરી ત્યારે ઓટો ડ્રાઈવરે તમને મિ. એન્ડ મિસીસ ‘ઈન્ડોઅમેરિકા’ તરીકે સંબોધ્યાં હતાં અને પછી તે સીધો મને અહીં લઈ આવ્યો.”

“તમને અહીં ઘણા લોકો જાણતા હોય એમ લાગે છે, પરંતુ નામ ‘ઈન્ડોઅમેરિકા’ શું છે?”

સુમિત અને બિંદિયા ખડખડાટ હસી પડ્યાં, "એ બહુ લાંબી સ્ટૉરી છે! એ ટૉપિક પર આપણે અન્ય કોઈ દિવસે ડિનર પર વાત કરીશું."

બીજા દિવસે શ્વેતા સવારે ઊઠી અને બાલ્કનીમાં જઈ કદી ન જોઈ હોય એવી સુંદર સવારની તાજગીપૂર્ણ હવા શ્વાસમાં લેવા લાગી.

એ વિખ્યાત તળાવ, જે ખુશીએ તેને 'થ્રી ઈડિયટ્સ'માં બતાવ્યું હતું તે તેની નજર સામે હતું. ઊંચાઈ પરથી આસપાસ દેખાતા સુંદર પર્વતો આંખો માટે તો ઉજાણી બની ગયા હતા.

તે નાસ્તો કરવા બહાર આવી અને જોયું કે સુમિત અને બિંદિયા એક ડાયરી લઈને બેઠાં છે અને કેલક્યુલેટરથી કંઈક ગણતરી કરી રહ્યાં છે, "શું કરી રહ્યાં છો મિત્રો?"

"ખાસ કશું નહીં, અમારા સાપ્તાહિક ખર્ચની યાદી બનાવી રહ્યાં છીએ. અમે અઠવાડિયે એક વાર આમ કરીએ છીએ જેથી ખબર પડે કે કોણ ક્યાં ખર્ચ કરી રહ્યું છે," બિંદિયાએ જવાબ આપ્યો.
"ઑહ, ધેટ્સ ગ્રેટ."

"શ્વેતા, અમારે બન્નેએ ઑફિસ જવાનું છે, એટલે તારે જાતે નાસ્તો લઈ લેવો પડશે. અમે સાંજે પાંચ વાગ્યા સુધીમાં આવી જઈશું," એમ બિંદિયાએ જતાં જતાં ઉતાવળે કહ્યું.

"તમે બન્ને એક જ ઑફિસમાં કામ કરો છો?" શ્વેતાએ પૂછ્યું.

"અમે પાછાં આવીશું ત્યારે તને વાત કરીશું, શ્વેતા."

અડધા જ કલાકમાં તેઓ ઑફિસ જવા તૈયાર થઈ ગયાં, એમણે જાડાં જીન્સ પેન્ટ્સ, બે લેયર્સવાળા જેકેટ અને ભારેખમ શૂઝ પહેર્યાં હતાં. "તમારી ઑફિસ માઉન્ટ એવરેસ્ટ પર છે કે?" શ્વેતાએ પૂછ્યું.

સુમિતે કહ્યું, "મૅડમ તમે લેહમાં છો.... લૉઅર પરેલમાં નહીં."

શ્વેતાને 'લૉઅર પરેલ' શબ્દો અને તે પણ સુમિતના મોંએ સાંભળીને અચરજ થયું, "તમને લૉઅર પરેલની ક્યાંથી ખબર?"

"મુંબઈના કેટલાક વિસ્તારને હું જાણું છું," એમ આછા સ્મિત સાથે સુમિતે કહ્યું અને તેઓ વિદાય થયાં.

ઘરમાં એકલી પડેલી શ્વેતાને સુમિત અને બિંદિયા અંગે જાણવાની ઈચ્છા થઈ.

જિજ્ઞાશાને વશ થઈ એણે ટીવીની બાજુમાં રહેલા વીસીડી અને ડીવીડીઝ કલેક્શનને ચેક કર્યું. તેને આનંદ અને આશ્ચર્ય એ થયું કે ૫૮૦ અને ૫૯૦ના દાયકાની બૉલિવૂડ ફિલ્મો અને ગીતો તેમ જ ક્યાંક ક્યાંક હૉલીવૂડની કલાસિક ફિલ્મોનું એ કલેક્શન હતું.

સીડી રૅકની બાજુમાં બુક રૅક હતી, જેમાં બધા પ્રકારનાં - ફિલ્મો, સંગીત, સ્પોર્ટ્સ (ખાસ કરીને ક્રિકેટ), આત્મકથાઓ, જીવનચરિત્રોનાં પુસ્તકો હતાં. સૌથી આગળના ભાગમાં ફાઈનાન્સનાં અને આધ્યાત્મિક પુસ્તકો હતાં.

એ પછી એણે નજર કિચન પર ઠેરવી જે રસોઈ બનાવવાનો પૂર્ણ સંતોષ આપવાને કાબેલ હતું. રસોડામાં સાધનો બહુ થોડાં હતાં પરંતુ તે નાજુક, આકર્ષક અને ઉપયોગી હતાં. કાચના એક કેબિનેટમાં વિશ્વભરની વાનગીઓ અંગેની ચોપડીઓ હતી.

શ્વેતા સુમિત અને બિંદિયાના વ્યક્તિત્વથી અચરજ પામી હતી અને તેમની કથા જાણવા આતુર હતી.

શ્વેતાએ તેમના ઘરની આસપાસ સુંદર વિસ્તારમાં ફરવાની મજા લૂંટી. શ્વેતાને યાદ આવ્યું કે એણે અહીં જગ્યાના ટેમ્પરરી શિફ્ટિંગ વચ્ચે મુંબઈના ઘરે ખુશી કે પિતા સાથે બે દિવસથી વાત કરી નથી. એણે તત્કાળ ઘરે ફોન લગાડ્યો.

"હાય ડેડ, હું તમને કોલ ન કરી શકી એ માટે સોરી, હું હૉટેલથી નવી જગ્યાએ રહેવા આવી છું. ખુશી કેમ છે?"

“તેની ચિંતા ન કર. તે અમારી સારી સંભાળ રાખે છે. આજે રવિવાર હતો એટલે તે તેની ફ્રેન્ડ્સ સાથે મૉર્નિંગ શૉમાં ફિલ્મ જોવા ગઈ છે. તારો ટાઈમ આનંદમાં પસાર થાય છે ને; અને તને હવા-પાણી માફક તો આવી ગયાં છે ને?”

“અરે ફેન્ટાસ્ટિક. મને એક ઈન્ટરેસ્ટિંગ કપલ સાથે ટેમ્પરરી ભાડા પર રહેવા મળી ગયું છે. આ અદ્ભુત જગ્યા છે, સ્વર્ગ છે, પપ્પા, સ્વર્ગ.”

“મને ખાતરી છે કે તું તાજીમાજી થઈને આવીશ. ઓકે બેટા, ટેક કેર, બાય!”

એ પછી તે એક નાની ટેકરી તરફ દોરી જતી પગદંડી પર ચાલવા લાગી અને એ પછી નિરાંતે નીચે આવી.

શ્રેષ્ઠ પ્રાકૃતિક વાતાવરણમાં શ્વેતા પ્રથમ વાર સંપૂર્ણ એકાંતમાં રહી, જેમાં તેને ‘વ્યગ્ર શાંતિ’નો અનુભવ થઈ રહ્યો હતો. આમ કહેવું વિચિત્ર લાગે છે, પરંતુ જે લાગણીઓ તેના મનમાં વહી રહી હતી એના માટે ‘વ્યગ્ર શાંતિ’ શબ્દ અનુરૂપ છે. તે શાંતિ ઈચ્છતી હતી અને આ ભાવના પણ સ્થિર થઈ જાય એમ ઈચ્છતી હતી, જેથી તે તેના રૂટિન જીવનમાં આગળ વધી શકે.

તેના ભાવિ જીવનનો હેતુ અને માર્ગ હજી નક્કી થયાં નહોતાં.

શું તે સાદાં સાધનો અને સરળ લક્ષ્યો સાથે સાદું જીવન જીવવા માગે છે કે ફરી ‘રોહન‘ને પકડી લેવા માગે છે કે જે નાણાકીય રીતે સદ્ધર હોય અને વિવિધ ભૌતિક સુખો ઝડપથી પૂરાં પાડવા સક્ષમ હોય? જોકે, એણે એવું કંઈ વિચાર્યું ન હતું.

આ બધામાંથી કયો માર્ગ ઉચિત છે? તેને યોગ્ય જ્ઞાન ક્યાં મળશે? અને સૌથી મહત્ત્વનું તો એ કે તેને ‘ગાઈડ’ કરવા માટે યોગ્ય વ્યક્તિ કોણ છે? આ બધા સવાલો શ્વેતાના મનમાં ઊઠી રહ્યા હતા. મનમાં ચાલી રહેલા વિચારોના પૂરથી થાકેલી શ્વેતાએ રસ્તામાં થોડો નાસ્તો કર્યો અને ઘરે પહોંચી. થોડી જ મિનિટોમાં તે ઊંઘી ગઈ.

સાંજના પાંચ વાગ્યા એટલે સુમિત અને બિંદિયા ઘરે પાછાં આવ્યાં. એમણે સાંજના ઓઝલ થતા જતા અજવાળામાં તેમના બેડરૂમની બાલ્કનીમાં બેસી ચા પીધી.

સુમિતે પછી લૅપટોપ કાઢ્યું અને તેના પર કામ કરવા લાગ્યો.

શ્વેતાએ બિંદિયાને પૂછ્યું, "તમે ઑફિસથી હમણાં ઘરે આવ્યાં અને સુમિત ફરી કામ કરવા લાગ્યા?"

"લૅપટોપ પર તે તેની ઑફિસનું કામ નથી કરી રહ્યો. તે વેપાર સમાચારો, શૅરબજારની છેલ્લામાં છેલ્લી સ્થિતિને જાણી રહ્યો છે અને ઈમેઈલ્સના જવાબ આપી રહ્યો છે. હવે જો મજા, હું પાંચથી ઊંધી ગણતરી શરૂ કરીશ એટલે તે મને અમારો ફાઇનાન્શિયલ પૉર્ટફોલિયો અને ઈમેઈલ્સ ચેક કરવા બોલાવશે....૫......૪....૩...૨....૧."

"બિંદિયા...." સુમિતે બૂમ મારી.

"જોયું," બિંદિયાએ સ્મિત કર્યું અને જવા લાગી. "પરંતુ શા માટે ફાઇનાન્શિયલ પૉર્ટફોલિયો અને ઈમેઈલ્સ તું ચેક કરે એવી એને જરૂર પડે છે?" શ્વેતાએ પૂછ્યું.

"આ અમારી સાપ્તાહિક વિધિ છે અને રવિવારે અમે બન્ને સાથે રહીને તે ચેક કરીએ છીએ. તે મને બધું સમજાવે છે... વર્ષોથી અમે આમ કરીએ છીએ," એમ બિંદિયાએ ભારોભાર આત્મવિશ્વાસ અને ગૌરવ સાથે કહ્યું.

"અરે હા.... હવે મને બત્તી થઈ કે આજે રવિવાર હોવા છતાં તમે ઑફિસે ગયાં અને તે પણ આખો દિવસ ભરીને આવ્યા," શ્વેતાએ નોંધ્યું.

"જો તમે તમારી જાતને સમાજ સેવાને સમર્પિત કરો તો પછી રવિવારો અને રજાઓ ન હોય... શ્વેતા... અમે એક એનજીઓ સંભાળીએ છીએ."

"બિંદિયા.... આવને યાર," સુમિતે ફરી બોલાવી.

"અરે બાબા, મને જવા દે નહીં તો આ માણસ 'બિંદિયા, બિંદિયા' બૂમો મારીને આખું ઇન્ડિયા ભેગું કરશે," કહી બિંદિયા તેમના રૂમ તરફ ધસી ગઈ.

શ્વેતા પણ પોતાના રૂમમાં ગઈ અને તે જ્યારે તેમના રૂમ પાસેથી પસાર થતી હતી ત્યારે તેને સુમિત અને બિંદિયા લૅપટોપ પરના આંકડાઓ અને વર્કશીટ્સને ગંભીરપણે જોઈ રહ્યાની ઝાંખી થઈ હતી. તે ચૂપચાપ તેના રૂમમાં ગઈ, પથારીમાં આડી પડી.

તેનો રૂમ બરાબર તેમની રૂમની સામે હતો અને બારણું અધખુલ્લું હતું એટલે તેના કાને તેમની વાતચીત પડી. તેમની ચર્ચાના મુદ્દા શૅરબજારમાં આવેલા એકાએક ઉછાળાનાં કારણો, મ્યુચ્યુઅલ ફંડમાં થોડી રકમ શા માટે રોકવી જોઈએ, ઇન્સ્યોરન્સ પ્રીમિયમની ડ્યુ ડેટ પણ આવી રહી છે, જેવા હતા અને ટ્રાવેલની આગામી યોજના માટેના બજેટની ચર્ચા તેઓ કરતાં હતાં.

સુમિત અને બિંદિયાનાં શોખ, રુચિ અને ગતિશીલ વ્યક્તિત્વથી શ્વેતા અત્યંત અચરજ પામી.

તેઓ લેહ જેવા અંતરિયાળ સ્થળે રહે છે અને એક એનજીઓ માટે કામ કરે છે, આધુનિક વાહન ધરાવે છે, સાદું તેમ છતાં સંપૂર્ણ સાધનોથી સજ્જ ઘર છે, હિંદી ફિલ્મોનાં શોખીન છે, દુનિયા આખીની વાનગીઓ રાંધે છે અને તેની લિજ્જત લે છે, લૉઅર પરેલ ક્યાં છે એ તેમને ખબર છે અને સૌથી મહત્ત્વની વાત તો એ કે તેઓ જાણે કોઈ બિઝનેસ ચૅનલમાં ઍન્કર હોય એમ નાણાકીય વિષયો સંયુક્તપણે ચર્ચે છે.

'યાર, આ બન્ને જણ ચીજ શું છે?' શ્વેતાને સવાલ થયો.

"બહુ જલદી મારે એમની સ્ટોરી જાણવી પડશે. હું એકાદ અઠવાડિયામાં ચોક્કસ જાણી શકું.... જો હું હમણાં તેમને પૂછું તો તેમને એમ લાગશે કે હું તેમની બાબતમાં દખલ કરી રહી છું. તેમને કદાચ ખરાબ લાગે અને મારું અહીં રહેવાનું પણ ઘોંચમાં પડી શકે... એ પછી ફરી કોઈ સમયે. થોડીવાર પછી શ્વેતાને બિંદિયા કિચનમાં દેખાઈ. તે 'માસ્ટર શેફ' જેવા લિબાસમાં હતી જ્યારે સુમિત તેને શાકભાજી સમારી આપીને મદદ કરતો હતો.

"શું બનાવો છો?" શ્વેતાએ પૂછ્યું.

"અમે ડિનર માટે ગાર્લિક બ્રેડ સાથે મશરૂમ અને બ્રોકોલી બનાવીએ છીએ. સુમિતને ઇટાલિયન ફૂડ બહુ ભાવે છે. તને એ ગમશે કે પછી તું 'રોટલી-શાક' ખાવાનું પસંદ કરીશ?"

"ના, મને ચાલશે. હકીકતમાં હું રિસોટો અને ગાર્લિક બ્રેડ ટેસ્ટ કરવાથી વધારે તો તમારા જેવા અમેઝિંગ લોકો વિશે જાણવાનું અધિક પસંદ કરીશ," શ્વેતાએ ઉત્તર વાળ્યો.

ડિનર પીરસાયું અને ટેબલ વાઈટ વાઈન સાથે ટોપકલાસ ફાઈન ડાઈનિંગ ઈટાલિયન રેસ્ટોરાં જેવું હતું.

શ્વેતા તો આભારથી ઝૂકી પડી, "અરે તમે લોકો શું કરો છો. હું તો એક મહિનાની ભાડૂઆત છું, તમારી બોસ નથી કે જેને તમે પ્રમોશનની આશાથી ડિનર પર બોલાવી હોય... તમે હવે એમ નહીં કહેતા કે તમે આ બધું મારા કારણે કરો છો. એ સાચું ન હોઈ શકે."

સુમિત ખડખડાટ હસવા લાગ્યો, "તમે સાચાં છો... તમે અહીં છો એટલા માટે આ બધું નથી. અમે આમ જ રહીએ છીએ."

"બાય ધ વે, મને તમારી કંપનીના બૉસને ડિનર પર બોલાવવાની તુલના ગમી, તે ઘણી સારી હતી. ઑકે, હવે અમારું ઈટાલિયન ડિનર લેવાનું શરૂ કરો."

શ્વેતા કંઈ પૂછે એ પૂર્વે સુમિતે શ્વેતાને કહ્યું "તો મને કહો, એક મુંબઈની છોકરી અને આઈટી પ્રૉફેશનલ એક મહિના માટે લેહ જેવી જગ્યાએ કેમ આવી છે?"

શ્વેતાએ નક્કી કર્યું હતું કે તે સાચી વાત કોઈને નહીં કરે. એ માટેનું સાદું કારણ એ હતું કે એ પોતાની લાગણીઓ અને નાણાકીય ગૂંચવણો અજાણ્યાઓને સંભળાવીને સહાનુભૂતિ અને ઉકેલ પ્રાપ્ત કરવા ઈચ્છતી નહોતી.

એટલે જ્યારે ડિનર ટેબલ પર આ સવાલ ઉપસ્થિત થયો ત્યારે તેના 'ટેમ્પરરી' લેન્ડલોર્ડે અપેક્ષા રાખી જ હોય કે તે તેની લેહની મુલાકાત પાછળનું ગળે ઊતરે એવું કારણ આપે.

જોકે, શ્વેતાએ એવું કારણ આપ્યું કે એ સમયે તેની નોકરી ગઈ અને બૉયફ્રેન્ડ સાથે બ્રેક અપ થયું અને એ બે આંચકાને લીધે સર્જાયેલા નકારાત્મક સમયગાળામાંથી બહાર આવવા એણે લેહની વાટ પકડી છે.

"સુમિત, મારી સ્ટૉરી ટૂંકી છે અને સરળ શબ્દોમાં કહું તો હું દિશાહીન છું અને જાણતી નથી કે હું શું ઈચ્છું છું, નવી નોકરી, નવો સંબંધ કે વ્યવસાયિક વિકાસ?"

બિંદિયાએ ઉમેર્યું, "અને તારા આંતરિક આનંદનું શું? તારી ગાયબ ચીજોની યાદીમાં તે નથી, શ્વેતા?"

શ્વેતા એ પ્રશ્ન પર વિચાર કરવા લાગી.

"આશા રાખું છું કે ડિનર તને ભાવ્યું હશે, શ્વેતા," બિંદિયાએ બધું સમેટતાં પૂછ્યું. "મને લાગ્યું કે હું લેહમાં નહીં રોમમાં છું," શ્વેતાએ ઉત્તરમાં કહ્યું.

બીજી સવારે, બિંદિયાએ શ્વેતાને પૂછ્યું, "તારે અમારી એનજીઓમાં આવવું છે? ત્યાં વાર્ષિક કાર્યક્રમ છે. તને એમાં મજા આવશે." શ્વેતાએ તરત જ હા પાડી.

તેઓ 'છોટે બડે કદમ' - ટૂંકમાં 'સીબીકે' તરીકે ઓળખાતી એનજીઓમાં પહોંચ્યાં.

પ્રવેશદ્વાર પર એક લદ્દાખી છોકરાનું આદમ કદનું પૉસ્ટર હતું. એના હાથમાં એક પ્લૅકાર્ડ હતું જેના પર લખ્યું હતું 'વેલકમ ટુ સીબીકે'. એની બાજુમાં જ એક લદ્દાખી છોકરીનું આદમ કદનું પોસ્ટર હતું, એના હાથમાં એ પ્લેકાર્ડ હતું જેમાં એનજીઓનાં કાર્યો વિશે આગવી શૈલીમાં માહિતી અપાઈ હતી.

તેમાં લખેલું હતું, "અમે હેન્ડ પંપ જેવા છીએ, જમીનથી અમે માત્ર બે ફૂટ ઊંચા દેખાઈએ છીએ પરંતુ અમે પાણી ૩૦ ફૂટ ઊંડેથી ખેંચી જીવન જીવવાની કળા શીખીએ છીએ. સીબીકેનાં બાળકો અને વયસ્કોને સહભાગિતા, નેતાગીરી, નિર્ણય લેવાની શક્તિ અને સૌથી મહત્ત્વનું તો નાણાકીય શિક્ષણ પૂરું પાડીને સક્ષમ બનાવવાનું લક્ષ્ય ધરાવે છે."

એનજીઓ રળિયામણા સ્થળે હતી અને લાકડાના એક માળના મકાનમાં આશરે ૧૦-૧૨ મોટા ક્લાસરૂમ્સ હતા અને તેની સામે ખુલ્લો વરંડો હતો, જેનો ઉપયોગ રમતના મેદાન તરીકે કરાતો હતો. સુમિત અને બિંદિયાએ શ્વેતાને એનજીઓમાં ફેરવી. એણે આવી સંસ્થા કયાંય જોઈ નહોતી. તેને ખ્યાલ આવ્યો કે આ બન્નેએ આ એનજીઓ એક વર્ષ પૂર્વે શરૂ કરી છે.

ફંક્શન કોઈ સ્કૂલના વાર્ષિકદિન જેવું હતું, જેમાં બાળકોએ એનજીઓની સહાયથી સ્કિટ્સ રજૂ કરી, ચર્ચાઓ કરી અને નાણાકીય શિક્ષણના ટોપિક્સ વિશે પ્રેઝન્ટેશન કર્યાં તથા બૅન્કનું ખાતું ખોલવું, એમાં નાણાં જમા કરવાં, નાણાં ઉપાડવાં, વગેરે બાબતોની રજૂઆત કરી. ફંક્શન વખાણવાલાયક હતું.

શ્વેતાએ જોયું કે સમારંભને જોઈ રહેલાં સુમિત અને બિંદિયાના ચહેરા પર સંતોષ અને આનંદ તરવરતાં હતાં, જાણે કે તેમને પરમસિદ્ધિ પ્રાપ્ત થઈ હતી.

પાછા વળતાં શ્વેતાથી રહેવાયું નહીં અને પૂછી બેઠી "તમે સાવ અલગ છો. તમે સતત ખુશ રહો છો,"

"પ્રત્યેક વ્યક્તિએ તેનું પોતાનું સ્વર્ગ શોધવાનું હોય છે," સુમિતે ઉત્તર વાળ્યો.

"પરંતુ સુખી થવાનો માર્ગ કેટલાક માટે સરળ હોય છે તો અન્યો માટે તે બહુ વિકટ પણ હોય શકે છે," બિંદિયાએ ઉમેર્યું

શ્વેતાએ તેમને વધુ પ્રશ્નો પૂછવાનું માંડી વાળ્યું અને વાતનો ત્યાં અંત આવ્યો.

બીજી સવારે સુમિત અને બિંદિયા વહેલાં જ કામ પર જવા નીકળી પડ્યાં. શ્વેતાએ સવારે મોડેથી થોડોક નાસ્તો કર્યો હતો. એણે ટીવીની બાજુમાંના રૅક પરથી સીડીઓથી કોઈક સારી ફિલ્મની સીડી શોધવાનું શરૂ કર્યું.

પછીથી એની નજર એ જ રૅકની બાજુમાંના પુસ્તકના શેલ્ફ પર પડી. તેમાં વિવિધ વિષયોનાં પુસ્તકો હતાં. તેમાં તેને **'નાણાકીય સુખની શોધ'**માં શીર્ષક ધરાવતું પુસ્તક દેખાયું.

મુખપૃષ્ઠ અને શીર્ષક પરથી પુસ્તકની કંઈક અલગ જ ભાત પડતી હોવાથી એ એણે હાથમાં લીધું. લેખકના નામને બદલે ફક્ત અટક – 'ધ કુલકર્ણીસ' લખેલી હોવાથી તેને આશ્ચર્ય થયું અને ઉતાવળે આમુખ વાંચી ગઈ.

નાણાકીય સુખની શોધ

આમુખ

મને ખબર છે કે અમારા સંપર્કમાં આવ્યા બાદ ઘણા લોકોને અમારું જીવન અટપટું લાગે છે. જોકે, અમે અટપટાં જ છીએ. અમારી સામાન્ય છાપ 'અનોખા' લોકો તરીકે પડી છે.

અમે પરંપરાગત વિચારધારાથી જરા જુદા ફંટાયાં છીએ. અમે અમારી પોતાની ગતિએ, અમને માફક આવે એ રીતે અને ખાસ તો અમે કોઈ પણ સંજોગોમાં સુખી રહી શકીએ એ રીતે જીવન જીવવા માટેના કેટલાક નિયમો ઘડી રાખ્યા છે.

અમે ક્યાં જઈ રહ્યાં છીએ અને જીવન પાસેથી અમારી શું અપેક્ષાઓ છે એ બાબતે અમારા વિચારો સ્પષ્ટ છે.

આ પુસ્તક દેશના યુવાધનને (અને જે આ દુનિયા જોઈ ન શક્યું એ સૌથી નાના બાળકને) સમર્પિત છે.

યોર્સ ફાઇનાન્શિયલી
કભી ખુશી, કભી ગમ

શ્વેતાને આ પરિચય રસપ્રદ લાગ્યો અને પુસ્તક વાંચવાની ઉત્કંઠા જાગી. એણે પુસ્તક લીધું, સોફા પર બેઠી અને વાંચવાનું શરૂ કર્યું.

"અમારા માટે એ લાંબી યાત્રા હતી, જે ૨૫ વર્ષ પૂર્વે શરૂ થઈ હતી."

હું મુંબઈનો ટિપિકલ છોકરો, લૉઅર પરેલની એક ચાલમાં રહેતો અને મધ્યમ વર્ગના કુટુંબનો હતો. પિતા રાષ્ટ્રીયકૃત બૅન્કમાં કેશિયર હતા અને મમ્મી ગૃહિણી હતી. જીવન આકરું, પરંતુ ગમ્મતિયાળ હતું. મુંબઈનો એક 'છોકરો' જે કરે એ બધું મેં કર્યું...... ગલ્લીમાં રબરના બૉલથી ક્રિકેટ રમ્યો, 'ગણપતિ વિસર્જન' સમયે નાચ્યો, હિંદી ફિલ્મો 'ફર્સ્ટ ડે ફર્સ્ટ શૉ'માં જોવાનો શોખ પૂરો કર્યો, મુંબઈના વરસાદમાં શૉર્ટ્સ અને વેસ્ટ પહેરીને ફૂટબૉલ રમવાનો આનંદ પણ મેં માણ્યો.

'આહ!' શું એ દિવસો હતા!

બાળપણમાં અમારી ચાલના મિત્રોની ગૅંગ સાથે આ બધું કર્યું.

કુટુંબની આર્થિક સ્થિતિ તંગ હોવા છતાં મારા પિતાએ મને શ્રેષ્ઠ શિક્ષણ આપ્યું અને

એમાં કોઈ કચાશ ન રાખી. હું કૉન્વેન્ટ સ્કૂલમાં ભણ્યો અને દક્ષિણ મુંબઈની ટૉપ કૉલેજમાં ગયો. પોતે કેશિયર હતા એટલે એમણે મને કૉલેજમાં કૉમર્સનો અભ્યાસ કરવાનો આગ્રહ કર્યો.

મારા પિતા, ભલે માત્ર કેશિયર હતા, પરંતુ તેઓ જીવન અને નાણાકીય બાબતો પ્રતિ અનોખો, પણ સરળ અભિગમ ધરાવતા હતા.

ભગવાન જાણે એમણે સંપત્તિસર્જન અને મની મૅનેજમેન્ટના વિચારો અને યુક્તિઓ ક્યાંથી ગ્રહણ કર્યાં હશે!

તેઓ પોતાના વિચારોનો અમલ પોતાની આર્થિક સ્થિતિ માટે ન કરી શક્યા. તેમને દરેક વસ્તુ સરળ કરી દેવાની આદત હતી.

નાણાકીય આયોજનની તેમની પાંચ સ્ટેપ્સની થિયરી સરળ છતાં પાવરફુલ હતી.

૧) ‘અમીર બનવું હોય તો ધંધો કરો, ધંધો ન કરી શકો તો કોઈ સારા વેપારના શૅર લો.... અને લાંબા સમય સુધી ન વેચો.’
૨) ‘પૈસાનો હિસાબ હમેશાં રાખો, ભલે મોટો હોય કે નાનો.’
૩) ‘થોડા રૂપિયા કોઈ પણ ઈમરજન્સી માટે બૅન્કમાં રાખો.’
૪) ‘પોતાના પરિવારને પૂરી રીતે સુરક્ષિત રાખો..... તમારા ગયા બાદ તેઓ બે-ત્રણ મહિના શોક કરશે પરંતુ થોડા સમય બાદ જરૂર પૂછશે કે અમારા માટે કેટલું અને કયા સ્વરૂપે મૂકી ગયા?’
૫) ‘તમે જેના માટે કમાઓ છો એમને રૂપિયાની બાબતમાં સમજાવો અને પોતાની મૂડીરોકાણની પ્રક્રિયામાં એમને સામેલ કરો અથવા એમનું નામ તમારી મરજીથી વસિયતનામામાં લખી દો.’

મારી દાદીની તો વાત જ નોખી હતી. મારા દાદા તેમની પાછળ ટિસ્કોના ૧૦૦ શૅરો મૂકી ગયા હતા. ટિસ્કો એટલે ટાટા ગ્રુપના શૅરો અને દાદીને કહી રાખેલું કે આ શૅરો કદી વેચતી નહીં. આમ છતાં તે રોજ સવારે અખબારમાં ટિસ્કોના ભાવ જોતી અને ખુશ થતી.

જ્યારે તે મંદિર જવા નીકળતી ત્યારે અમે તેને ખીજવવા 'બાય દાદી' ના કહેતા પણ 'ટાટા દાદી!' કહેતા.

નસીબ જોગે, આ 'ફાઇનાન્શિયલ મસાલો' મારી રગેરગમાં હતો અને મને વેપાર અને અર્થશાસ્ત્ર સમજવામાં આનંદ આવતો હતો. યુવા વયે હું શૅરબજારના કામકાજ પ્રતિ આકર્ષાયો.

કૉલેજમાં ફાઈનાન્સ અને ઈકોનોમિક્સ ઉપરાંત હું ચાર્મિંગ અને નાજુક છોકરી બિંદિયા પ્રતિ આકર્ષાયો. તે મૂળ પંજાબી છોકરી હતી અને મરીન ડ્રાઈવ નજીકની એક હોસ્ટેલમાં રહેતી હતી.

પુસ્તકમાં 'બિંદિયા' નામ વાંચીને શ્વેતાની આંખો પહોળી થઈ. આ નામ બે-ત્રણ દિવસથી તેના કાને પડતું હતું. શ્વેતાએ વિચાર્યું, 'ઑહ નો, બુકમાં પણ બિંદિયા!!!' એણે આગળ વાંચવાનું ચાલું રાખ્યું............

એ પહેલી નજરે થઈ ગયેલો પ્રેમ હતો અને તેમાં અમે એવાં ઘાયલ થઈ ગયેલાં કે તેમાંથી હજી બહાર આવ્યાં નથી.

૧૯૯૦માં ગ્રેજ્યુએશન કર્યા બાદ અમે લગ્ન કર્યાં. લગ્ન બાદ મેં અને મારા મિત્રોએ અમારા મર્યાદિત જ્ઞાન અને મર્યાદિત નાણાંનું શૅરબજારમાં રોકાણ કરવાનું શરૂ કર્યું. એ કામકાજમાં અમે એક-દોઢ વર્ષ વ્યસ્ત રહ્યાં.

એ વખતે શૅરબજારમાંના રોકાણ પર આશ્ચર્યજનક ઉંચું વળતર ટૂંકા ગાળામાં મળતું હતું.

પ્રત્યેક જણ પ્રતિષ્ઠિત કંપનીના અને અજાણી કંપનીઓના શૅરોમાં રોકાણ કરીને કમાયો. સ્થાનિક 'પાનવાળો' પણ કયા શૅર લેવા જેવા છે અને કયા વેચવા જેવા છે એની ટિપ આપવા લાગ્યો. અમે પણ એ સમય દરમિયાન સારું કમાયાં. એ માટે અમારે માત્ર ટિપ્સને અનુસરવાનું અને બજારના તેજીના ખેલંદાઓ જે શૅર કહે એ લેવાના.

અમે જે શૅરને હાથ લગાડતા એ સોનું થઈ જતા હતા.

એ તબક્કામાં મેં મારી સંપૂર્ણ બચત શૅરબજારમાં રોકી.

એ જ સમયે અમારી અંગત જિંદગીમાં શુભ બનાવ એ બન્યો કે બિંદિયાએ પુત્રને જન્મ આપ્યો.

જીવન સપના જેવું જ લાગતું હતું, પરંતુ તે પળવારમાં દુઃસ્વપ્ન બની ગયું. મારા પુત્રના જન્મ બાદ તેની તબિયતમાં મોટી સમસ્યા સર્જાઈ.

ડૉક્ટરોએ તેને બાળકો માટેના આઈસીયુમાં દાખલ કર્યો અને તપાસ ચાલુ કરી.

અમારો ડર સાચો પડ્યો. અમને કહેવામાં આવ્યું કે અમારો પુત્ર હૃદયની જન્મજાત ખામી સાથે જન્મ્યો હતો અને એ માટે સર્જરી કરવી જરૂરી હતી.

આ સાંભળીને અમે સ્તબ્ધ રહી ગયાં. ડૉક્ટરોએ તેને ૩-૪ દિવસ નિરીક્ષણ હેઠળ રાખવાની સલાહ આપી ત્યાર બાદ તેઓ ફરી સમીક્ષા કરશે એમ જણાવ્યું.

હું કામ પર ગયો અને માથે આભ તૂટી પડ્યું, જે બિગ બુલ્સ શૅરબજારને ઉપર ચડાવી રહ્યા હતા તેઓ મોટા કૌભાંડમાં પકડાયા હતા. એ કૌભાંડમાં નાણા સંસ્થાઓ, બ્રોકર્સ, ડીલર્સ, ટ્રેડર્સ, બૉગસ કંપનીઓ અને અન્ય ઘણા સંડોવાયેલા હતા.

બજારમાં માતમ છવાયો હતો અને મોટા પાયે વેચવાલી નીકળી હતી. પરિણામે, શૅરબજારમાં કડાકો બોલી ગયો હતો.

આ દોર બે દિવસ ચાલુ રહ્યો અને જ્યારે આંધી શમી ત્યારે મને ભાન થયું કે હું માત્ર બે દિવસમાં મારી ૯૦ ટકા કમાણી અને બચત ગુમાવી ચૂક્યો છું.

હું ઊંઘતો ઝડપાયો હતો. મારી જેમ એ હજારો લોકોના એ જ હાલ હતા, જેઓ ટોળાની માનસિક્તાને વશ થઈ લાલચમાં આવી ગયા. બધાએ પળવારમાં બધું ગુમાવી દીધું.

બીજા બે દિવસમાં મારા પુત્રની તબિયત વધુ કથળી. ડૉક્ટરોએ નક્કી કર્યું કે અતિ દુર્લભ કહેવાય એવી શસ્ત્રક્રિયા જરૂરી હતી અને તે સ્પેશિયાલિટી સર્જને જ કરવી જોઈશે. આ અતિ ખર્ચાળ શસ્ત્રક્રિયા એ જ માત્ર ઈલાજ હતો.

ડૉક્ટરોએ જણાવ્યું કે શસ્ત્રક્રિયાનો કુલ ખર્ચ પાંચ લાખ રૂપિયા થશે.

બજારના કડાકા બાદ મારી પાસે માત્ર ૫૦,૦૦૦ રૂપિયા બચ્યા હતા. મારી પાસે બીજું કોઈ મૂડીરોકાણ નહોતું. મારા પિતા તેમના પ્રૉવિડન્ટ ફંડમાંથી બીજા એકાદ બે લાખ આપી શકે. અમે બિંદિયાના ઝવેરાતના મૂલ્યની ગણતરી કરી, જે એક લાખ રૂપિયા હતું.

અમે પૂરી રકમ ન ભરીએ ત્યાં સુધી હૉસ્પિટલ શસ્ત્રક્રિયામાં આગળ વધવા માગતી નહોતી. મારી પાસેની બધી બચત એકત્ર કર્યા પછી પણ મોટી ઘટ રહેતી હતી. એમણે ચેક કર્યું અને કહ્યું કે હું ફંડ ભેગું કરી શકું એ માટે તેઓ વધુ એક દિવસ રાહ જોશે.

હું મિત્રોથી લઈને સગાવહાલાં સુધી ઠેર-ઠેર ફરી વળ્યો, પરંતુ હું એ જાદુઈ આંકડા જેટલી રકમ હાંસલ ન કરી શક્યો.

સાંજે હું ભગ્નહૃદયે ઘરે પહોંચ્યો અને હૉસ્પિટલમાં બિંદિયાને કંપની આપવા નીકળ્યો (તે ૪ દિવસથી હૉસ્પિટલમાં જ હતી) ત્યારે કાળમુખો ફોન રણક્યો.

“આપણે તેને ગુમાવી દીધો .... સુમિત... એ ગયો!” ફોન પર બિંદિયા હતી, એકદમ તૂટી ગયેલી. ડૉક્ટરે બિંદિયાના હાથમાંથી ફોન લઈ લીધો, “સાહેબ, તેની તબિયતમાં એકાએક ગૂંચવણો પેદા થઈ અમે તેને બચાવવાની ભરપૂર કોશિશ કરી, ... પરંતુ બચાવી ન શક્યા....”

હું સંપૂર્ણપણે શૂન્યમનસ્ક થઈ ગયો હતો અને મારી જાત પર માંડ માંડ કાબૂ રાખી શક્યો. અમારો નવજાત પુત્ર ઘરે પણ ન આવી શક્યો જ્યાં અમે તેના સ્વાગત માટેની

ભારે તૈયારીઓ કરી હતી. આ બધું એટલા માટે બન્યું કે હું તેના ઑપરેશન માટે પાંચ લાખ રૂપિયાની વ્યવસ્થા ન કરી શક્યો.

એ દિવસે, મેં પ્રણ લીધું, "હું વધારેમાં વધારે કમાઈશ. એટલું કમાઈશ કે એનું શું કરવું એની ખબર મને નહીં હોય."

એ પ્રણ એક ઈચ્છા કે હેતુથી વિશેષ તો અમારા નસીબ સામેનો બળવો હતું.

મારા પિતાની પ્રૉવિડન્ટ ફંડની રકમ તેમને પાછી આપવામાં આવી. બિંદિયાએ નક્કી કર્યું કે તે જ્વેલરી પાછી નહીં લે.

એ બનાવે મને ઝંઝોળી નાખ્યો. હું સંપૂર્ણપણે નિઃસહાય થઈ ગયો, હું બિંદિયાનો સામનો કરી શકું એમ નહોતો, કારણ કે નાણાંની બાબતમાં મેં કરેલી મૂર્ખાઈ અને અપરિકવ કૃત્યોને કારણે અમારા પુત્રની સારવાર માટે અમારી પાસે પૂરતાં સંસાધનો નહોતાં.

આ શોકમગ્ન અવસ્થામાં બિંદિયા મારી સામે આવી અને કહ્યું, "આ આપણા બન્નેની ખોટ છે, એટલે તેના માટે માત્ર તારી જાતને દોષી ન માન. જો તે ખોટો માર્ગ પકડ્યો હતો, તો મારે તને એ અંગે ચેતવવો જોઈતો હતો પરંતુ તારા નિર્ણયો વિશે હું કશું જાણતી નહોતી."

"યાદ છે, લગ્નની 'સપ્તપદી' દરમિયાન આપણે શ્રેષ્ઠ મિત્ર બની રહેવાના અને સુખ-દુઃખમાં સમાનપણે સહભાગી બનવાના કૉલ આપ્યા હતા."

"નાણાં કમાવાનો તારો ઈરાદો ખોટો નહોતો, પરંતુ તે એના માટે જે રસ્તો પકડ્યો એ યોગ્ય નહોતો.

પહેલાં આપણે આત્મચિંતન કરીએ અને પછી જીવનમાં આગળ વધીએ. આપણે આપણો પુત્ર પાછો નહીં મેળવી શકીએ, પરંતુ સહભાગી થઈને તે આપેલું વચન પૂરું કરી શકીએ એ માટે આપણે સાથે છીએ."

હું બિંદિયાની હકારાત્મકતા અને મનોબળથી વિસ્મય પામ્યો.

એણે એ વખતે આ કપરી પરિસ્થિતિમાં પણ પોતાનું સંતુલન જાળવી રાખ્યું.

એ દિવસે તે 'માતૃત્વ' ગુમાવ્યાના શોકમાંથી બહાર આવી અને મારા પડખે ઊભી રહી.

મારું અંતઃકરણ જાણતું હતું કે જેણે પોતાનું નવજાત શિશુ ગુમાવ્યું હોય તેના શોકમાંથી થોડી ક્ષણોમાં બહાર આવીને જીવનમાં આગળ વધવાનું કોઈ પણ માતા માટે અશક્ય હોય છે.

એવું જે કરી શકે છે એ જ તો 'વાસ્તવિક જીવનમાં હીરો' હોય છે.

તમે શોક પ્રદર્શિત ન કરો એટલે એવું નથી કે તમારો શોકાગ્નિ ઓછો થઈ ગયો, પરંતુ એમ કરવાને કારણે તમારા પ્રિયજનને બળ મળે છે, બાકી, ઘટનાઓ તો સ્મૃતિમાં કાયમ રહે છે.

જો બિંદિયાએ મને પ્રેરણારૂપ શબ્દો ન કહ્યા હોત તો મારા માટે દોષી હોવાની ફીલિંગમાંથી બહાર આવવાનું મુશ્કેલ બન્યું હોત.

“લવ યુ, બિંદિયા,” એનો હાથ મારા હાથમાં લઈ મેં કહ્યું.

અમે એ દિવસે અન્ય એક પ્રણ પણ લીધું કે અમે હંમેશાં અમારા પુત્રની સ્મૃતિ માટે એક રૂમ વધારાનો રાખીશું, પછી ભલે તે ખાલી રહે કે વપરાશમાં રહે.

અમે બન્ને ત્યારે હજી પચ્ચીસેક વર્ષનાં જ હતાં અને અમારે જિંદગીની આકરી કસોટીનો સામનો કરવો પડ્યો હતો.

આ વાંચીને શ્વેતાની આંખોમાંથી આંસુ સરી પડ્યાં.

યોર્સ ફાઇનાન્શિયલી
ન્યૂ યોર્ક

અમારે ચિક્કાર નાણાં કમાવાનું અમારું વચન પૂરું કરવાનું હતું અને અમારું બધું ધ્યાન આ એકમાત્ર લક્ષ્ય પર કેન્દ્રિત હતું. આમ છતાં અમે નક્કી કર્યું હતું કે ગમે તે થાય પણ અમે અમારાં મૂલ્યો સાથે બાંધછોડ કરીશું નહીં.

હું મક્કમપણે એમ માનતો હતો કે 'જે જીતવું હોય એમાં ઊંડે ઊતરી જવું જોઈએ.' વેપારી અને નાણાકીય બજારોનું મને હંમેશાં આકર્ષણ રહ્યું છે.

એટલે સ્વાભાવિક છે, મેં ફાઈનાન્સ ક્ષેત્રમાં જવાનો નિર્ણય કર્યો.

મને ખબર હતી કે મારે એકડે એકથી શરૂઆત કરવાની હતી. ધૈર્ય અને સ્થિરતા (સિવાય કે જ્યારે ટૂંકા રસ્તે સ્ટૉક ટ્રેડિંગનું સાહસ કરીને મેં બહુ મોટો પાઠ ભણ્યો હતો)ના ગુણ મારામાં છે.

મારી કારકિર્દી ઘડતી વખતે મેં નક્કી કર્યું હતું કે મારે પ્રત્યેક દૂષણની, પ્રત્યેક નાણાકીય વિગતની, પ્રત્યેક અમલની અને ખાસ તો એ નાણાકીય સાધનોની સમજ કેળવવી કે જે અમને અમારી મંઝિલની નજીક લઈ જવાની હતી.

હું જાણતો હતો કે હવે ભૂલને કોઈ અવકાશ નહોતો અને જીવનમાં બીજો ચાન્સ કદાચ ન પણ મળે.

મેં સ્થાનિક અને આંતરરાષ્ટ્રીય પ્લેસમેન્ટ સંસ્થાઓ મારફતે જૉબ માટે અરજી કરી હતી અને ઑફરો પણ મળી હતી પરંતુ મેં મોટી તકની રાહ જોવાનું નક્કી કર્યું.

મારું નસીબ બદલાઈ રહ્યું હતું અને એક દિવસ મને ન્યૂ યૉર્કમાં અમેરિકન બૅન્કમાં

બહુ સારી જૉબ મળી.

એક-બે ઈન્ટરવ્યુ બાદ મને જુનિયર સ્તરના એક જૉબ માટે પસંદ કરવામાં આવ્યો. હું જાણતો હતો કે શરૂઆત કરવા માટે આ સ્થાન એકદમ યોગ્ય હતું અને હું ડૉલરમાં કમાણી કરવાનો હતો.

હું ઉત્તેજિત, અને સાથે સાથે અમેરિકા જવા માટેની તૈયારી ચાલી રહી હોવાથી, 'ર્વસ પણ હતો. બધા ખર્ચાઓ પર અંકુશ રાખવામાં આવ્યો. આ મારી પ્રથમ નવિદેશ' મુલાકાત હતી છતાં વધુપડતા ખર્ચાઓ કરવાનું મારા માટે શક્ય નહોતું. મારે એકાદ સપ્તાહમાં નીકળવાનું હતું.

મારા હૃદય પર હંમેશાં એક બોજો રહેતો કે મેં શૅરબજારના મારા પ્રથમ સાહસમાં ખોટો વ્યૂહ અપનાવ્યો હતો. મેં શૅરબજારના કડાકામાં લગભગ સર્વસ્વ ગુમાવી દીધું, પરંતુ ઊંડે ઊંડે હું જાણતો હતો કે સ્ટૉક માર્કેટમાં રોકાણ કરવું એટલે સારા વેપારમાં રોકાણ કરવું અને કંપનીનો વેપાર વધે એમ તેના શૅરહોલ્ડર તરીકે લાભ મળતો જાય.

હું નીકળું એના બે સપ્તાહ પહેલાં મને મારા ગાઢ મિત્ર વિષ્ણુનો ફોન આવ્યો, જે બેંગલોરમાં રહેતો હતો અને ત્યાંની એક સોફ્ટવેર કંપનીમાં કામ કરતો હતો. એને મારી નાણાકીય સ્થિતિની જાણ એક કોમન ફ્રેન્ડ પાસેથી થઈ અને એને મારી ચિંતા થવા લાગી. હકીકતમાં મારા ડેડીએ એને કૉલેજ બાદ કમ્પ્યુટરનો અભ્યાસ કરવા બૅન્કમાંથી શૈક્ષણિક લોન મેળવવામાં સહાય કરી હતી. તેને કારણે જ વિષ્ણુ બેંગલોરની સોફ્ટવેર કંપનીમાં જૉબ પ્રાપ્ત કરી શક્યો હતો. મારા પિતાએ આપેલા માર્ગદર્શન બદલ તે તેમનો ઋણી હતો.

મને ઈક્વિટીમાં રોકાણ કરવામાં રસ હતો એ જાણતો હોવાથી એણે મને સૂચન કર્યું કે બેંગલોરના ચાર તરવરિયા મિત્રો અને યુવા વેપાર સાહસિકોએ એક નાની સોફ્ટવેર કંપની સ્થાપી છે અને તેના આગામી આઈપીઓમાં નાની રકમનું રોકાણ કરવું ઠીક રહેશે. એણે આ રોકાણ માટેનું સૂચન કરતાં એવો સંકેત આપ્યો હતો કે આઈટી ઉદ્યોગ નવો ઊભરી રહેલો ઉદ્યોગ છે અને વિશ્વભરમાં ભવિષ્યમાં તેના માટેની પુષ્કળ તકો સર્જાઈ શકે એમ છે.

વિષ્ણુના સૂચનના ગાંભીર્ય અને લાંબા ગાળા માટે શૅરોમાં રોકાણ કરીને નવા વેપારનો હિસ્સો બનવાની ઈચ્છાને કારણે મેં રોકાણ કરવાનું નક્કી કરી લીધું હતું, પરંતુ હું એ જાણતો નહોતો કે રૂપિયાની વ્યવસ્થા હું કઈ રીતે કરીશ. આ સ્થિતિ મારા માટે પડકારરૂપ હતી.

હું ભારત છોડી જાઉં એ પૂર્વે ઈક્વિટી બજારમાં નીતિપૂર્વક કંઈક કરવા માગતો હતો અને બિંદિયા પણ તેની તરફેણમાં હતી. એણે મને અલગ દૃષ્ટિકોણ આપ્યો. "વિષ્ણુનો ઈરાદો આપણી નાણાકીય કટોકટીમાં આપણને સહાયરૂપ થવાનો છે. તેનું કારણ તારા પિતાએ તેના જીવનમાં જે ભાગ ભજવ્યો તેનું ઋણ અદા કરવાનું છે. આભારના આ પગલાને આપણે હકારાત્મક સંકેત તરીકે જોવો જોઈએ અને મને ખાતરી છે કે ભવિષ્યમાં તેનો લાભ આપણને જરૂર થશે."

બિંદિયાએ તત્કાળ તેના બૅન્ક ખાતામાંથી જરૂરી રકમ ઉપાડી, જે એણે જ્વેલરી વેચીને બૅન્કમાં જમા કરી હતી. "આ તારા માટે.... સુમિત."

આ રોકાણમાં મેં બિંદિયાને નૉમિનેટ કરી. મને મારા પ્રથમ ઈન્વેસ્ટમેન્ટથી જ નૉમિનેશનની આદત હતી, કારણ કે એનું મહત્ત્વ હું જાણતો હતો.

મેં કંપનીના ૧૦૦ શૅરો માટે અરજી કરી જે રૂ. ૯૫ના ભાવે ઑફર કરાયા હતા અને એ આઈપીઓમાં મેં રૂ. ૯૫૦૦નું રોકાણ કર્યું.

યુએસએ જતાં પૂર્વે મેં અમસ્તું ચેક કરેલું તો મને જાણ હતી કે ૧૦૦ શૅરોની ફાળવણી કરવામાં આવી હતી. ૧૯૯૩ની મધ્યમાં હું જે દિવસે અમેરિકા જઈ રહ્યો હતો એ જ દિવસે એ આઇટી કંપનીનું લિસ્ટિંગ હતું. ત્યારે મેં વિચાર્યું હતું કે "જોઈએ કોની પ્રગતિ સારી રહે છે.... ભારતમાંના મારા એ નાના નાણાકીય રોકાણની કે અમેરિકામાં મારી કારકિર્દીની."

એ પછી હું તો આ નાના મૂડીરોકાણને હકીકતમાં ભૂલી ગયો હતો.

દરમિયાન, મુંબઈમાં '૯૦ના દાયકાના પ્રારંભમાં સરકારી સંસ્થાઓ સિવાય મ્યુચ્યુઅલ ફંડ ક્ષેત્રમાં ભાગ્યે જ કોઈ સહભાગીઓ હતી. કેટલીક ખાનગી અને વિદેશી ફાઇનાન્સ કંપનીઓએ મ્યુચ્યુઅલ ફંડ ઉદ્યોગમાં ધીમે ધીમે પ્રવેશ કર્યો અને કામગીરી શરૂ કરી. તેઓ તેમની ટીમ્સ બનાવવા માગતી હતી અને જેમનું ફાઈનાન્સ તરફી વલણ હોય એવા કૉમર્સ ગ્રેજ્યુએટ્સની નિમણૂક કરવા લાગી.

બિંદિયા આ કામમાં બરાબર ફિટ બેસતી હતી અને એણે મુંબઈના એક ખાનગી મ્યુચ્યુઅલ ફંડ હાઉસમાં જૉબ કરવાનો નિર્ણય લીધો. આમાં મારી મંજૂરી લેવાનો પ્રશ્ન નહોતો, કારણ કે અમારું 'લક્ષ્ય' સમાન હતું અને એણે સાચી દિશામાં પગલું ભર્યું હતું.

હું ન્યૂ યૉર્ક માં પ્રારંભિક મુશ્કેલીઓ બાદ સારી રીતે સેટલ થઈ ગયો અને ધીમે ધીમે ફાઈનાન્સ ક્ષેત્રની આંટીઘૂંટીઓ શીખવા લાગ્યો.

બિંદિયા પણ તેના મ્યુચ્યુઅલ ફંડ કંપનીના જૉબથી બહુ ઉત્સાહમાં હતી, કારણ કે તે નવી વિચારધારા હતી, જે તરફ રોકાણકાર વર્ગનું ધ્યાન ગયું નહોતું. પરંતુ તેને વિશ્વાસ હતો કે આ સંકલ્પના ગ્રેટ હતી.

લાંબા અંતરેથી અમારી વચ્ચે થતો સંવાદ રસપ્રદ હતો. અમારી ચર્ચાના વિષયો એટલા વૈવિધ્યપૂર્ણ અને વિચિત્ર હતા કે જો કોઈના કાને તે પડે તો તેઓ અમારી ‘રોમફિન’વાતોથી ચોંકી જાય. સ્પષ્ટતા ખાતર કહી દઉં કે ‘રોમફિન’ એટલે રોમાન્સ અને ફાઈનાન્સ એ બે શબ્દોથી બનેલો એક શબ્દ.

બૅન્કના આશરે ૧૮ મહિનાના જૉબ પછી હું બચત પણ કરવા લાગ્યો હતો. મેં વ્યાવસાયિક ઢબે આગળ વધવાનું નક્કી કર્યું. મેં જૉબ બદલી અને બૅન્કોનું એક મોટું નામ ગણાતી કંપનીમાં આસિસ્ટન્ટ રિલેશનશિપ મૅનેજર બન્યો. એ કંપનીનો ઈન્વેસ્ટમેન્ટ બેઝ બહુ મોટો હતો અને ખરેખર તો હું ત્યાં પહોંચવા માગતો હતો.

હવે મને બિંદિયાની યાદ બહુ સતાવતી હતી અને ન્યૂ યૉર્કમાં એકલા રહેવાનો અનુભવ વિકરાળ લાગતો હતો.... ‘નૉ લાઈફ વિધાઉટ વાઈફ...... !’

અમારી ‘જુદાઈ’નો અંત લાવવા બિંદિયાએ પહેલ કરવી પડી. એ હવે મ્યુચ્યુઅલ ફંડની નિષ્ણાત બની ચૂકી હતી અને એણે અમેરિકાના સૌથી મોટા મ્યુચ્યુઅલ ફંડ હાઉસની ન્યૂ યૉર્ક શાખામાં જૉબ માટે અરજી કરી અને એને આસાનીથી જૉબ મળી ગયો.

અને લ્યો, ત્રણ મહિનામાં તો એ મારી સાથે રહેવા આવી ગઈ અને અમારું ‘અમેરિકી સ્વપ્ન’ હકીકત બન્યું. અમે પહેલું ઘર ભાડા પર લીધું અને એનું ધ્યાન રાખ્યું કે

અમારા પુત્રને વચન આપ્યા પ્રમાણે તે બે બેડરૂમનો અપાર્ટમેન્ટ હોય.

નાણાં રળવાનો અમારો મુખ્ય હેતુ હવે સિદ્ધ કરવાનો હતો.

અમે બન્ને અમારા નવા જૉબમાં હવે સેટલ થઈ ગયાં હતાં. એક મહિના બાદ અમે પરિસ્થિતિની સમીક્ષા કરવાનું નક્કી કર્યું. અમે સાથે બેસીને ચર્ચા કરી. અમારા જૉબ થકી અમને જે નાણાકીય અનુભવો થયા હતા એ જોતાં એ સેશન ભારે માહિતીપ્રદ અને રસપ્રદ બની રહ્યું. અમે અમારા ગ્રાહકોના રોકાણ અને ખર્ચની આદતો, વલણ અને નાણાં કમાવામાં કંપનીઓની નીતિ-અનીતિ અંગે ઘણી ચર્ચા કરી.

અમારી ચર્ચાના આધારે અમે એ તારણ પર પહોંચ્યાં કે સૌપ્રથમ અમારી માસિક આવક અને ખર્ચનું સ્ટેટમેન્ટ બનાવવાનું અમારા માટે જરૂરી છે. એના દ્વારા અમને ખ્યાલ આવશે કે અમે નિયમિતપણે શિસ્તબદ્ધ રીતે કેટલું રોકાણ કરી શકીએ એમ છીએ અને સાથે સાથે વર્તમાન જીવનશૈલી જાળવી શકીએ એમ છીએ. અમારું પારિવારિક અર્થતંત્ર આંકડાની દૃષ્ટિએ મધ્યમ, પણ આત્મનિર્ભર હતું અને અમે ખર્ચ પણ યોગ્ય રીતે કરતાં.

અમે પરસ્પર એ વાતે સંમત થયાં કે અમે જેને 'બ્રહ્માસ્ત્ર' કહેતાં હતાં એ ક્રેડિટ કાર્ડનો જ્યારે પણ વપરાશ કરીશું ત્યારે અમે ઊભી રહેતી રકમ ડ્યુ ડેટ પૂર્વે ચૂકવી દઈશું.

અમે તેમાં કદી વિલંબ નહીં કરીએ અથવા સ્ટેટમેન્ટમાં દર્શાવેલી 'મિનિમમ એમાઉન્ટ પેયેબલ' પર નજર પણ નહીં કરીએ, જે ખરેખર તો બેખબર ગ્રાહકોને ઊંચા વ્યાજદરના દેવામાં સપડાવવા માટેનું છટકું જ છે, બીજું કંઈ નથી.

એજન્ડા પરની બીજી આઈટેમ હતી, વધારાની માસિક રકમ નિયમિતપણે રોકાણ કરવા માટેનાં યોગ્ય સાધનો શોધવાની. અમેરિકાની ઈક્વિટી માર્કેટ સારી કામગીરી કરી રહી હતી, પરંતુ ભારતીય શૅરબજારના અનુભવમાં અમને જે ફટકા પડ્યા હતા તેના ઊંડા ઘા અમારાં મગજ પર હતા.

એ જોતાં, શૅરમાં સીધું રોકાણ કરવા માટેનો મારો વિશ્વાસ સાવ તળિયે હતો, તેમ છતાં અમે એ જાણતાં હતાં કે જો લાંબા ગાળે સંપત્તિસર્જન કરવાનું 'લક્ષ્ય' હાંસલ કરવું હોય તો એ માટેનું શ્રેષ્ઠ 'શસ્ત્ર' ઈક્વિટી પ્રાપ્ત કરવાનું હતું.

પરંતુ શૅરમાં સક્રિયપણે સંકળાયા વિના કેવી રીતે લોંગટર્મ સંપત્તિનું સર્જન કરવું?

એનો જવાબ બિંદિયા પાસે હતો, જેણે મ્યુચ્યુઅલ ફંડ્સની કામગીરી અને તેમની અસરકારકતા વિશે મને આખા એક કલાક સુધી 'જ્ઞાન' આપ્યું. આ એવું સાધન છે કે જે સીધેસીધા સંકળાયા વિના ઈક્વિટી અને ડેટ માર્કેટમાં રોકાણ કરવાનો ઉત્તમ વિકલ્પ પૂરો પાડે છે. તેમાં ઓછામાં ઓછી ફી સાથે પ્રૉફેશનલ્સ તમારાં નાણાંનો વહીવટ કરે છે.

અમે અમારા લક્ષ્ય સુધી પહોંચવા માટેના મુખ્ય સાધન તરીકે મ્યુચ્યુઅલ ફંડ્સમાં રોકાણ કરવા તત્કાળ સંમત થયાં.

'૯૦ના દાયકાના મધ્યથી લઈને ૨૦૦૮ સુધીનો સમય અમેરિકાનાં નાણાકીય બજારો અને સંપૂર્ણ અર્થતંત્ર માટે ભારે ઉતાર-ચડાવવાળો રહ્યો.

આ સમય દરમિયાન અમારી યાત્રાનો સારાંશ તમને કહું.

અમેરિકાના બજારમાં ૧૯૯૪-૯૫થી તેજીનો સમય શરૂ થયો ત્યારે ડાઉ જોન્સ ૫,૦૦૦ની આસપાસ હતો.

એ પછીનાં પાંચ વર્ષ દરમિયાન ઈન્ડેક્સ વધીને ૧૦,૦૦૦ના સ્તરે પહોંચ્યો અને ત્યાર બાદ ટેકનૉલૉજી શૅરોની તેજીનો ફુગ્ગો ફૂટ્યો અને અને એ પછી ૨૦૦૧માં ૯/૧૧ના રોજ થયેલા આતંકવાદી હુમલાને પગલે ઈન્ડેક્સ ૮,૦૦૦ના તળિયે જઈ પહોંચ્યો.

આ મંદી ૨૦૦૩ સુધીનાં ત્રણ વર્ષના ગાળા દરમિયાન રહી, ત્યારબાદ આગામી ૪-૫ વર્ષમાં બજાર વધવા લાગ્યું અને ૨૦૦૭માં ૧૪,૦૦૦ની ટોચે પહોંચ્યું.

આવી ભારે ચડ-ઊતર અને ધ્રુજાવી નાખે એવા બનાવો છતાં અમે મ્યુચ્યુઅલ ફંડ મારફત અમેરિકન શૅરબજારમાં નિયમિતપણે રોકાણ કરવાનું ચાલુ રાખ્યું.

આ બધાં વર્ષો દરમિયાન હું ઈન્વેસ્ટમેન્ટ બૅન્કિંગ ફીલ્ડમાં હતો એટલે મેં ઊંચી નેટવર્થ ધરાવતી વ્યક્તિઓને વેચવામાં આવી રહેલી કેટલીક પ્રૉડક્ટને સમજવાનો પ્રયત્ન કર્યો. મને તેમાં કેટલાક પ્રશ્નો ઉપસ્થિત થયા. મેં જોયું કે એ પ્રૉડક્ટ્સમાં બહુ બધી અસ્પષ્ટતા હતી.

ઇન્સ્યોરન્સને ઈન્વેસ્ટમેન્ટ પ્રૉડક્ટ તરીકે વેચવામાં આવી રહ્યો હતો, જેના પરનો વળતરનો દર સરેરાશ કરતાં પણ ક્યાંય નીચો હતો, જોકે, પ્રૉડક્ટની જટિલતા અને બેવડી પ્રકૃતિને એવી અસરકારક રીતે રજૂ કરવામાં આવતી હતી કે મોટા ભાગના કિસ્સાઓમાં સોદો પાર પડી જતો હતો. આ અટપટી પ્રૉડક્ટ્સ શ્રીમંત રોકાણકારોને બહુ આસાનીથી વેચી શકાતી હતી, કારણ કે તેનું માર્કેટિંગ મોટી કૉર્પોરેટ ફાઇનાન્શિયલ બૅન્કો દ્વારા કરવામાં આવતું હતું.

નાણાકીય વ્યવહારોમાં સરળતા અને પારદર્શિતા ક્યાંય નહોતી.

ડેરિવેટિવ્ઝ ઝડપથી નાણાં કમાવાનો મંત્ર બની ગયાં હતાં. આ પ્રૉડક્ટ્સની કામગીરી વિશે ઘણા સવાલો હતા, પરંતુ નાણાં બનાવવાના આ જટિલ મશીનનું નિયમન કરાવવા માટેનો કોઈ પ્રયત્ન દેખાતો નહોતો.

એ વખતે નાણાકીય વિશ્વમાં અન્ય એક ક્ષેત્ર - રિયલ એસ્ટેટમાં વિસંગતિ ઊભરી રહી હતી. સદીનો પહેલો દાયકો સબપ્રાઈમ બૉરોઅર્સનો હતો. ઈન્વેસ્ટમેન્ટ બૅન્કો અને કમર્શિયલ બૅન્કોએ ધિરાણ માટેનાં ધોરણો હળવાં બનાવ્યાં હતા, એને કારણે આ સ્થિતિ સર્જાઈ હતી.

વૉલ સ્ટ્રીટે ઊંચા જોખમનો સ્વીકાર કર્યો હતો. ધિરાણકર્તાઓ વચ્ચે આવક અને બજાર હિસ્સા માટેની તીવ્ર હરીફાઈ હતી એટલે એમણે ઓછી શાખ ધરાવતા બૉરોઅર્સને ગિરવે રાખેલી વધુ જોખમી મોર્ગેજીસ ઑફર કરી.

એ વખતે બૅન્કો અને નાણાકીય સંસ્થાઓ નીચા વ્યાજદરે કોઈને પણ યોગ્ય ખાતરી કર્યા વિના હૉમ લૉન આપી દેતી હતી, જેથી રિયલ એસ્ટેટ બજાર ઊંચી સપાટીએ જળવાઈ રહે.

બધું બહુ અતાર્કિક હતું. મેકડોનલ્ડ્સમાં કોન્ટ્રાક્ટ પર કામ કરતા કર્મચારીઓને પણ હૉમ લૉનો ઑફર કરાઈ હતી. ચોક્કસ ક્યાંય કશું ખોટું થઈ રહ્યું હતું પરંતુ કોઈ પૂછતું નહોતું!

એ ક્ષેત્રમાં 'સારો' સમય પસાર થવા લાગ્યો.

અમને લાગ્યું કે આ બધું બરાબર નથી. અમે આ પાર્ટીમાં ન જોડાવાનું અને હૉમ લૉન લઈને ઘર ખરીદવાનું મોકૂફ રાખ્યું અમે ભાડેથી રહેવામાં ખુશ હતાં. અમારા કૅશ ફ્લોને જોતાં ભાડું અમને પરવડતું હતું. એમ કરીને અમે નાણાં ખર્ચી શકતાં હતાં અને બચે તે નાણાં નાણાકીય અસ્ક્યામતોમાં રોકી શકતાં હતાં.

હું નાણાકીય બજારમાંની વિસંગતિઓ જોઈ શકતો હતો, પરંતુ એમાં વધુ ઊતરવાથી હું દૂર રહ્યો. મેં મારું ધ્યાન મારા વ્યવસાયના માળખામાં અને અંગત નૈતિકતામાં રહીને જૉબ કરતાં રહેવામાં પરોવ્યું. અમે અમારા નિયંત્રણમાં હોય એ બાબતોના નિર્ણયો લીધા.

અમારા વ્યાવસાયિક જીવનમાં બજારની મોટી વધઘટ, ગાંડપણ અને રોષ વચ્ચે અમે અંગત જીવનનો પૂર્ણ આનંદ માણ્યો. અમે બન્ને મુસાફરીનાં શોખીન એટલે અમેરિકા, અને કેટલીક વાર યુરોપના પ્રવાસ પણ વાર્ષિક વૅકેશનમાં કર્યા.

અમે કામના બોજાની દૈનિક તાણમાંથી મુક્ત થવા બૉલીવૂડનાં '૮૦ અને '૯૦ના દાયકાનાં ગીતો સાંભળતાં, ફિલ્મો જોતાં અને સૌથી મહત્ત્વનું તો એ કે અમે નિયમિતપણે યોગની પ્રેક્ટિસ કરતાં. ઘણી વાર મારો જૉબ તાણભર્યો બની રહેતો. તેની અસર મારા શારીરિક આરોગ્ય પર કોઈ પણ ભોગે ન થાય એની હું કાળજી રાખતો. એટલે જ તો હું સપ્તાહમાં ૪-૫ દિવસ જૉગિંગ કે સાઈકલિંગ કરતો.

શારીરિક અને માનસિક આરોગ્ય જાળવવાના આ સંસ્કાર મને પિતા પાસેથી મળ્યા હતા. તેઓ કહેતા કે 'જાન હૈ તો જહાં હૈ.'

અમે ૧૯૯૫માં જ્યારે ડાઉ જોન્સ ૫,૦૦૦ હતો ત્યારથી મ્યુચ્યુઅલ ફંડમાં નિયમિતપણે

રોકાણ કરતાં હતાં તેને ૧૦-૧૨ વર્ષ થઈ ગયાં.

ઑક્ટોબર, ૨૦૦૭માં ડાઉ જોન્સ ૧૪,૦૦૦ની આસપાસ હતો. અમે જાણતાં હતાં કે આ સમયગાળા દરમિયાન થયેલી ભારે વધઘટ છતાં અમે શૅરબજારમાં રોકાણ રાખી મૂક્યું તેનો મોટો નફો અમને મળ્યો હતો.

લાંબા ગાળા માટેના મૂડીરોકાણનો મારો દૃઢ નિરધાર યોગ્ય હતો એની સાબિતી એ હતી કે અમે ડિસન્ટ પૉર્ટફોલિયોનું સર્જન કર્યું હતું.

હવે અમારી સામે પ્રશ્ન એ હતો કે વર્ષોના મૂડીરોકાણનો અત્યારે તગડો નફો મળી રહ્યો હતો ત્યારે સંપૂર્ણ રોકાણ વેચી મારવું કે પછી વધતી બજારના પ્રવાહ સાથે વહી જઈને વધુ નફો રળવો. કોણ જાણે બજાર કઈ તરફ જશે?

તે એક મુશ્કેલ નિર્ણય હતો. એના પર વિચાર કરવા અમે બન્ને સાથે બેઠાં. લાંબી ચર્ચા બાદ બે મુખ્ય મુદ્દા ઊભર્યા હતા. અમે 'માર્કેટ ગુરુ' નહોતાં, પરંતુ એટલું તો સ્પષ્ટ હતું કે નાણાકીય તેજી સંપૂર્ણપણે ફંડામેન્ટલ્સ આધારિત નહોતી. મારી ઑફિસમાં પણ કેટલીક અનૈતિક નીતિરીતિઓ છૂટીછવાઈ જોવા મળી રહી હતી. આ બે મુદ્દા પરથી અમે તારણ કાઢ્યું કે શૅરબજારની આ 'પાર્ટી' કાયમ ચાલુ રહેવાની નથી.

આ તારણને પગલે અમે નક્કી કર્યું કે બીજા જ દિવસે અમારો ઈન્વેસ્ટમેન્ટ પૉર્ટફોલિયો વેચી દેવો. દીર્ઘ અને સ્વસ્થ ચર્ચા બાદ સંયુક્તપણે આ નિર્ણય બદલ હાથ મિલાવ્યા અને ખુશીથી ભેટી પડ્યાં.

અમે લીધેલો એ નિર્ણય અત્યંત મહત્ત્વનો હતો.

ઑક્ટોબર ૨૦૦૭માં બીજા જ દિવસે અમે અમારાં બધાં ઈક્વિટી મ્યુચ્યુઅલ ફંડ વેચી માર્યાં.

અમે વેચાણની સંપૂર્ણ રકમ બચત ખાતાંમાં રાખી હતી. અમારા મનમાં શાંતિ અને સંતોષની લાગણી હતી. અમને એનો સંતોષ હતો કે ઍસેટ ક્લાસ તરીકે ઈક્વિટી દ્વારા અમે નાણાં કમાઈ શક્યાં હતાં.

અમે બજારમાંથી વિદાય થવાનો નિર્ણય લીધો એની પાછળની ભૂમિકા મૂડીરોકાણના પ્રતીતિ આધારિત વ્યૂહ કરતાં નૈતિક વધારે હતી.

શૅરબજારમાં એક નવાગંતુક તરીકે મને પ્રારંભમાં નિષ્ફળતા મળી હતી, જેમાં મેં બધુ ગુમાવી દીધું હતું. એનો ભાર આ સફળતાથી ઊતરી ગયો હતો.

શૅરબજારની તેજી એ પછી થોડો વધુ સમય ચાલુ રહી અને ૨૦૦૮-૨૦૦૯માં દુર્ઘટના ત્રાટકી અને શૅરબજાર કડડડભૂસ થઈ ગયું. બજારો ઝડપથી ઘટવા લાગ્યાં અને માર્ચ, ૨૦૦૯માં ડાઉ જોન્સ ફરી ૬,૫૦૦ના સ્તરે આવી ગયો, એટલે કે તે તેની સર્વોચ્ચ સપાટીથી ૫૦ ટકા ઘટી ગયો હતો.

ઊંચાં જોખમ, જટિલ નાણાકીય પ્રૉડક્ટ્સ, જાહેર ન કરાયેલાં હિતોના ટકરાવ અને નિયામકો, ક્રેડિટ રેટિંગ એજન્સીઓની નિષ્ફળતા તેમ જ બજાર પોતે લાલચને વશ થઈ જવાને કારણે શૅરબજારમાં કડાકો આવ્યો હતો.

ધમાકો બહુ મોટો હતો એટલે તેની ક્રમિક અસર પણ મોટી થવાની હતી. સમગ્ર નાણાકીય સિસ્ટમ પંગુ થઈ ગઈ.

હું જે ઈન્વેસ્ટમેન્ટ બૅન્કમાં કામ કરતો હતો એ પણ ઝપટમાં આવી ગઈ અને બે-ત્રણ દિવસમાં તેના ૯૦ ટકા કર્મચારીઓએ નોકરી ગુમાવી હતી. દરેક જણ પર ધીમે ધીમે આવી રહેલી આ કટોકટીનું વિશાળ કદ જોતાં આમ બનવાનું જ હતું.

ઘણા લોકોને પાણીચું આપવામાં આવ્યું હતું અને તેમને તરત જ નોકરી છોડી દેવાનું કહેવામાં આવ્યું હતું.

હું પણ એમાંનો એક હતો.

બીજી બાજુ, બિંદિયાની નોકરી સલામત હતી, કારણ કે મ્યુચ્યુઅલ ફંડ ઉદ્યોગ આ કટોકટીમાં પ્રત્યક્ષ સંકળાયેલો ન હતો.

પ્રારંભમાં, આ બનાવની સ્વાભાવિક પ્રતિક્રિયારૂપે દુઃખ અને નિરાશા ઊપજ્યાં, પરંતુ ટૂંક સમયમાં અમને સમજાયું કે આ ઘટના અમારા માટે ખાસ તો મારા માટે છૂપા આશીર્વાદ સમી હતી.

કામમાં નૈતિકતા અને વ્યક્તિગત વિકાસ વચ્ચે સંતુલન સાધવાની મારી દ્વિધા વચ્ચે આ બનાવે હકીકતમાં મારા માટે નવો માર્ગ ખુલ્લો કરી આપ્યો.

આ પરિસ્થિતિમાં સ્પષ્ટપણે ત્રણ સારી બાબત હતી. એક તો એ કે બિંદિયાની નોકરી અંધાધૂધીના એ સમયમાં હજી ચાલુ હતી, ભલે એ ૨૫ ટકાના કપાત સાથે હતી પણ નોકરી બચી હતી. બીજી બાબત એ હતી કે અમે સમયસર બજારમાંથી નીકળી ગયાં અને ત્રીજી બાબત એ હતી કે અમારા બૅન્ક ખાતામાં મોટી રકમ જમા હતી.
રાત્રિજમણ સમયે ફરી એક વાર રાઉન્ડ ટૅબલ કૉન્ફરન્સ યોજાઈ. આ વખતે ચર્ચા

અને તેની અસર મોટી હતી.

પ્રથમ વાર એવું બન્યું કે અમે અમારા જીવનની વિસ્તૃત ફલક પર પુનર્સમીક્ષા કરી. અમે '૯૦ના દસકા સુધી ફ્લૅશબૅકમાં ગયાં અને ૨૦૦૯ સુધીના કાલખંડની સમીક્ષા કરી. આ 'ઈન્ટરવલ' હતો. અમારે રિફ્રેશ થવાનો સમય આવી પહોંચ્યો હતો અને જીવનના ઉત્તરાર્ધની પટકથા ભજવવા માટેનો મંચ સજ્જ કરવાનો હતો.

હંમેશની જેમ ચર્ચા મગજની નસો તંગ કરી નાખે એવી રહી, પરંતુ આ વખતે ઘણી બધી લાગણીશીલતા, આત્મખોજ, સિંહાવલોકન અને ખાસ તો આગામી જીવન વિશેની ચર્ચા મુખ્યત્વે રહી.

બે કલાકની ચર્ચા બાદ અમે કેટલાંક તારણ પર પહોંચ્યાં.

અમારી ક્ષમતા, કામ પ્રત્યેની નૈતિકતા, શિસ્ત, પ્રવર્તમાન આર્થિક પરિસ્થિતિ અને નસીબ યોગે સારી એવી સંપત્તિ એકત્ર કરી શક્યાં એ જોતાં અમે 'નાણાકીય દૃષ્ટિએ' સફળ રહ્યાં હતાં.

અમે એ બાબતે સંમત થયાં કે યુએસએમાં અમે ઉચ્ચ શૈલીનું જીવન જીવ્યાં હતાં અને ભરપૂર આનંદ માણ્યો હતો. અમને તેનો સંપૂર્ણ સંતોષ હતો કે અમારે જેમ જીવવું હતું એ રીતે અમે જીવી શક્યાં અને કોઈ ખેદ રહ્યો નહોતો.

અમારી શરૂઆતની જિંદગીમાં નસીબે અમારા પુત્રને છીનવી લઈને 'વિલન' નો રોલ ભજવ્યો હતો તેમ છતાં એ કબૂલ કરવું જોઈએ કે વિધાતાએ અમને જીવનનાં બધાં સાહસોમાં સફળતા બક્ષી હતી.

અમે માગ્યું એના કરતાં અમને વધુ મળ્યું હતું.

આથી હવે સૌથી મહત્ત્વના એ સવાલનો ઉત્તર બાકી રહેતો હતો કે 'અહીંથી અમે ક્યાં જઈએ?' અને 'શા માટે?'

અમે એકબીજાની આંખોમાં જોયું અને વર્ષોથી એકમેકનાં થઈને રહ્યાં હોવાથી એકસાથે અમે બોલી ઊઠ્યાં, 'ઈન્ડિયા'.

અહીંથી અમે ક્યાં જઈએ એનો ઉત્તર મળી ગયો, પરંતુ કયા હેતુ માટે જવું એનો ઉત્તર હજી બાકી હતો. બિંદિયાએ મને કહ્યું, "આપણને એનો જવાબ પણ મળી રહેશે."

ભારત પાછા જવાનો નિર્ણય લઈ લેવામાં આવ્યો હતો છતાં અમે વધુ ત્રણ મહિના અમેરિકામાં રહેવાનું નક્કી કર્યું. બધું કઈ રીતે સમેટી લેવું એ નક્કી કરવા એ જરૂરી હતું અને અમે અમારા ઘરે પરત ફરી રહ્યાં હતાં ત્યારે એકાએક ભારતમાં ધમકવાને બદલે અમારા કુટુંબને અમારી 'ઘરવાપસી'થી ઍડજસ્ટ થવાનો સમય આપવા માગતાં હતાં.

બે વર્ષ પૂર્વે મેં નવી મુંબઈમાં મારા માતાપિતા માટે બે બેડરૂમનો ફ્લૅટ ખરીદ્યો હતો. તેઓ લૉઅર પરેલના ઘરેથી ત્યાં જઈને રહેતાં હતાં. એટલે એ મોરચે અમારે ચિંતા નહોતી.

બિંદિયાએ એની નોકરી હંમેશની જેમ ચાલુ રાખી અને આગામી ત્રણ મહિના માટે મેં નાનું વૅકેશન માણ્યું.

નાણાકીય કટોકટીને પરિણામે લોકોમાં નાણાકીય બાબતો અંગેની જાગૃતિ આવી ગઈ

હતી અને નાણાકીય આયોજન માટેના પરિસંવાદો શહેરના ટાઉન હૉલમાં યોજાઈ રહ્યા હતા, કારણ કે કોઈ ભવ્ય બેન્કવેટ હૉલમાં આવા પરિસંવાદો યોજવા માગતું નહોતું.

એક સાંજે, પાર્કમાં જોગિંગ કર્યા બાદ હું ટાઉન હૉલ પાસેથી પસાર થતો હતો ત્યારે મેં ત્યાં વાંચ્યું કે બહુ વિખ્યાત નિષ્ણાતનો 'વ્યક્તિગત નાણાકીય આયોજન અને જીવનનું આયોજન' વિશે પરિસંવાદ યોજાયો હતો, જે ત્યાર પછીની ૧૫ મિનિટમાં શરૂ થવાનો હતો.

જીવનમાં એવો સમય પણ આવે છે કે જ્યારે તમને સૌથી મુશ્કેલ સવાલના ઉત્તર ક્યાંકથી તમારી સામે આવી જાય છે. મારા માટે એવો જ સમય હતો.

'વ્યક્તિગત નાણાકીય આયોજન' અને ગોઠવેલાં એક પછી એક પગલાંનું વર્ણન નિષ્ણાતે કરવા માંડ્યું ત્યારે મને એ જાણીને આનંદાશ્ચર્ય થયું કે અંગત નાણાકીય આયોજનના જે મૂળભૂત નિયમો મેં મારા પિતા પાસેથી જાણ્યા હતા અને તે સાંભળતાં સાંભળતાં મોટો થયો છું એ આ જ બધા હતા.

'આ અમેરિકનો હવે એ જ વાત અંગ્રેજીમાં કહી રહ્યા છે જે ૨૦ વર્ષ પૂર્વે મારા પિતા ગુજરાતીમાં કહેતા હતા.'

તેની યોજનાબદ્ધ સંકલ્પના મને પ્રભાવિત કરી ગઈ. જો કે, મારા પિતા તેમના વિચારોને એટલા સરળ શબ્દોમાં રજૂ કરતા કે સમજદારીપૂર્વક અને જ્ઞાન સાથે પોતાનાં નાણાંનું વ્યવસ્થાપન કરવા માટેનું નાણાકીય આયોજન સામાન્ય બુદ્ધિનો વિષય લાગતો.

"થેંક યુ પપ્પા," હું સ્વગત ગણગણ્યો.

હકીકતમાં મને 'જીવન આયોજન' નામના બીજા ટૉપિકે પ્રભાવિત કરી દીધો. તેમાં એ વાત પર ભાર મૂકવામાં આવ્યો હતો કે નાણાકીય સફળતા તમને તીવ્ર ઈચ્છાઓ મુજબની વસ્તુઓ પામવા અને જીવનના હેતુઓ સિદ્ધ કરવાની સ્વતંત્રતા આપે છે.

તેમાં બે અસરકારક વિચાર રજૂ કરવામાં આવ્યા હતા, જે મેં કદી સાંભળ્યા નહોતાઃ

'જ્યારે તમારી ઈચ્છા તમારાં સાધનો વડે તમે નક્કી કરેલા સમયે પૂરી કરી શકો ત્યારે તમને સુખી હોવાની લાગણી થાય છે. ત્યારે તમને તેનાથી વધુ સુખની અપેક્ષાને બદલે સંતોષ અને આનંદની લાગણી થાય છે. આ બધી શરતો એકસાથે પૂરી થાય એ વ્યવહારુ રીતે મુશ્કેલ છે, પરંતુ જો આપણે આ વિચારને અંશતઃ પણ અપનાવી શકીએ તો પણ સુખની અનુભૂતિ થવા લાગે છે.'

બીજો અસરકારક વિચાર હતો એ હતો કે 'તમે કમાઓ કે ખર્ચ કરો એ પ્રત્યેક રૂપિયા પાછળ એક હેતુ હોવો જોઈએ'. એ હેતુ તમને અથવા તમારા મારફતે અન્યોને આનંદ આપવાનો હોઈ શકે છે.

જો તમે તમારાં નાણાં માટે કોઈ હેતુ કે લક્ષ્ય નક્કી કરી નહીં કરી શકો તો તમે તેને યોગ્ય સમયે વાપરી નહીં શકો અને માત્ર નાણાં ભેગાં કર્યા કરશો.

જ્યારે એમ થાય છે ત્યારે નાણાં અને સત્તા બહુ થોડા હાથોમાં એકત્ર થાય છે. એને કારણે અન્ય લોકો સંપત્તિસર્જન કરવાની તકથી વંચિત રહી જાય છે. સમાજમાં

વિષમતા સર્જાય છે અને શ્રીમંતો વધુ શ્રીમંત બનતા જાય છે અને ગરીબો વધુ ગરીબ બનતા જાય છે.

મને સ્પર્શી ગયેલા આ બે વિચાર સાથે હું ઘરે પહોંચ્યો.

એક શ્વાસે મેં આ જીવન બદલી નાખે એવા વિચારો બિંદિયાને કહ્યા, "મને લાગે છે આપણે આપણો હેતુ પ્રાપ્ત કરી લીધો છે."

"અને એ શું છે?" બિંદિયાએ પૂછ્યું.

"યાદ છે, આપણે યુવાન હતાં ત્યારે નાણાં સંબંધે આપણી જાગૃતિ અને જ્ઞાનના અભાવે આપણે કેવાં પછડાયાં હતાં. એ વખતે આપણા દેશનું અર્થતંત્ર પણ દિશાહીન હતું. આજે ભારતનું અર્થતંત્ર વિકસી રહ્યું છે, જે સૌથી વધુ યુવા વસતિ ધરાવે છે. આ યુવા વર્ગ મોટે ભાગે ગામડાંમાં રહે છે."

"અત્યારની જરૂરિયાત એ છે કે તેમની સંભાવનાઓને વહેલી ઓળખી લઈ તેમને ઊડવા માટે પાંખો પૂરી પાડવી અને સૌથી અગત્યનું તો એ કે તેમના માટે નાણાકીય જાગૃતિ અને સાક્ષરતાનો પ્રસાર કરવો."

આ બાબતે કામ કરવાની જરૂર હતી અને અમે તે કરવાનો ભેખ ધારણ કર્યો.

અમે બન્ને એ વાતે સંમત થયાં કે હવે પછી અમારા જીવનનો આ જ ઉદ્દેશ્ય રહેશે.

બીજા જ દિવસે બિંદિયાએ એક મહિનાની નોટિસ સાથે રાજીનામું આપ્યું. હું મારાં બચત ખાતાંમાંથી ભંડોળ ભારતમાંના એનઆરઈ ઍકાઉન્ટમાં મોકલવામાં વ્યસ્ત થઈ ગયો.

અમારે બે ફેરવેલ પાર્ટીઓમાં ઉપસ્થિત રહેવાનું હતું. એક અમારા ભારતીય મિત્રોએ યોજી હતી અને બીજી બિંદિયાની ઑફિસના સ્ટાફે.

અમેરિકન પ્રણાલી પ્રમાણે વિદાય સમયનાં વકતવ્યો હતાં, જે સાંભળીને બિંદિયા અને હું ભાવવિભોર થઈ ગયાં. અમારી આંખો ભીની થઈ.

અમને સમજાયું કે અમેરિકામાં આટલાં વર્ષોના નિવાસ બાદ અમે થોડા પ્રમાણમાં પણ ઘણા લોકોનાં જીવનને અસર કરી હતી. અમારા ઘણા ગાઢ મિત્રો હતા, જેમણે અમારા જીવનમાં ઘણી મહત્ત્વની ભૂમિકા ભજવી હતી.

જીવનમાં અહીંના નિવાસનાં વર્ષો અમે કદી ભૂલીશું નહીં એમ કહીને અમારા ન્યૂ યૉર્કમાંના નિવાસને યાદગાર અનુભવ બનાવવા બદલ મેં દરેકનો આભાર માન્યો.

ભારત માટે રવાના થતાં પૂર્વે ઍરપૉર્ટ તરફ જતાં, બિંદિયા અને મેં હિંદુ મંદિરની મુલાકાત લીધી અને અમેરિકામાં છેલ્લાં ૧૫ વર્ષ દરમિયાન બધી રીતે અમારી કાળજી રાખવા અને આશીર્વાદ બદલ અમે સર્વશક્તિમાન ઈશ્વરનો પાડ માન્યો.

મંદિરના સંકુલની બહાર આવ્યા બાદ અંતે હું ઘૂંટણભેર બેઠો અને અમેરિકાની ધરતી પ્રતિ આભાર વ્યક્ત કર્યો કે જેણે અમને યોગ્ય તક આપી અને અહીંના નિવાસ

દરમિયાન આબાદ થવામાં સહાય કરી.

એ પછી અમે જેએફકે ઍરપૉર્ટ ગયાં અને અમારી મુંબઈની ફ્લાઈટ પકડી. વિમાન ઉડાન ભરવાની તૈયારીમાં હતું અને બિંદિયાએ મારો હાથ પકડ્યો અને એણે સસ્મિત કહ્યું,"આ અબ લૌટ ચલે," અને ત્યારે એની આંખો અશ્રુથી છલકાઈ ગઈ.

ફિલ્મ
યોર્સ ફાઈનાન્શિયલી
આ અબ લૌટ ચલે

મારાં માતાપિતા તેમની જીવનસંધ્યાએ બિંદિયા અને હું પાછાં ફર્યાં એ જોઈને ખુશીથી છલકાઈ ઊઠ્યાં. એ જોવાનો અનુભવ હૃદયને પુલકિત કરી દેનારો હતો.

અમે બન્નેએ તેમનો ચરણસ્પર્શ કર્યો અને આશીર્વાદ લીધા.

આશીર્વાદ આપતાં મારા પિતા બોલ્યા, "ખૂબ, ખૂબ જીઓ મેરે હીરો."

"ડેડી, આજે ૨૦ સાલ બાદ મને ખાતરી થઈ કે આપ જ મારા અસલી મની ગુરુ છો..... જે તમે અમને બાળપણમાં શીખવાડ્યું, એ જ આજે દુનિયા હવે અંગ્રેજીમાં બધાને સમજાવી રહી છે...."

આવ્યાના એક મહિનામાં અમે મુંબઈમાં સેટલ થઈ ગયાં. છેલ્લાં ૧૫ વર્ષમાં ઘણું બધું બદલાઈ ગયું હતું.

અગ્રક્રમ પ્રમાણે, અમે અમારી નાણાકીય સ્થિતિને નિયમિત કરવા, ખાસ તો મહિનાનું બજેટ તૈયાર કરવા કેશ ફ્લોની પુનઃ સમીક્ષા પણ કરી લીધી હતી.

અમારા ભંડોળનો કેટલોક હિસ્સો સલામત મૂડીરોકાણ માટે બાજુએ રાખ્યો જે તાકીદની પરિસ્થિતિમાં વાપરવા માટેનું ભંડોળ હતો, અને કેટલોક હિસ્સો નિયમિત આવક આપતાં સાધનોમાં રોક્યો. એ પછી અમે બાકીનું ભંડોળ ઈક્વિટી આધારિત મ્યુચ્યુઅલ ફંડ્સમાં લાંબા ગાળાના સંપત્તિસર્જન માટે રોકવાનું નક્કી કર્યું.

ભારતીય શૅરબજાર સુધારાના પંથે હતું. ૨૦૦૯માં ઑલ ટાઈમ હાઈ સપાટીએ પહોંચ્યા પછી આવેલા વૈશ્વિક કડાકા બાદ સેન્સેક્સ ૫૦ ટકા ઘટી ગયો હતો. એ પછી શૅરબજારો

ધીરે ધીરે વધવા લાગ્યાં હતાં.

અમે અમારું ધ્યાન ભારત પાછા ફરવાના અમારા લક્ષ્ય પર કેન્દ્રિત કર્યું. અમે ગ્રામીણ વિસ્તારમાં સ્વૈચ્છિક સંસ્થાઓ (એનજીઓ) મારફત નાણાકીય શિક્ષણનો પ્રસાર કરવા માટેના વિવિધ વિકલ્પ અને સાધનો તલાશવા માંડ્યાં.

આ માટેની યોજના તૈયાર કરી. અમે નક્કી કર્યું કે એક કે બે વર્ષ માટે નાના શહેરની સ્વૈચ્છિક સંસ્થા સાથે જોડાવું અને પછી અન્ય સાથે જોડાવું. આમ, અમે અમારી પહોંચ દેશના વધુ વિસ્તારોમાં વિસ્તારી શકીશું.

નાણાકીય શિક્ષણનો એક સંકલિત અભ્યાસક્રમ તૈયાર કરવામાં આવ્યો, જેની ભાષા એકદમ સરળ રાખવામાં આવી અને તેમાં ભારેખમ નાણાકીય પરિભાષા વાપરવાનું ટાળવામાં આવ્યું. સંબંધિત રાજ્યમાં બોલાતી અને સહુ કોઈ સમજી શકે એવી ભાષામાં આ કૉર્સ તૈયાર કરવામાં આવ્યો.

હું જાણતો હતો કે અમારો હેતુ અને લક્ષ્ય અમારા ગુણવત્તાયુક્ત જીવનનું બલિદાન માગી લે એવાં હતાં, કારણ કે અમારી કામગીરીના મોટા ભાગના વિસ્તાર ગ્રામીણ ભારતમાં હતા. અમેરિકાનું ઉચ્ચ શહેરી જીવન છોડીને ભારતનાં રાજ્યોના અંતરિયાળ વિસ્તારોમાં રહેવું એ ખરેખર મોટો ભોગ આપવા જેવી બાબત હતી.

આ એક મુશ્કેલ નિર્ણય હતો. અમારે પાછળથી પસ્તાવું ન પડે એટલે અગાઉથી વિચારવાની જરૂર હતી.

અમારા હાથમાં અમે પ્રાપ્ત કરેલાં નાણાકીય સંસાધનો હતાં. એના દ્વારા અમે કેટલીક

લક્ઝરીઝ ભોગવી શકીશું અથવા કહો કે નાની નાની ખુશીઓ પ્રાપ્ત કરી શકીશું કે જે અમારા સાહસમાં અમારો ઉત્સાહ ટકાવી રાખશે.

અમે આવશ્યક 'લક્ઝરીઝ'ની યાદી તૈયાર કરી, જે અમે જ્યાં પણ રહીશું ત્યાં લઈ જઈશું. આ એ વસ્તુઓની યાદી હતી, જેમાં અમને રાહત લાગતી હતી.

એની પાછળનો વિચાર એકદમ સરળ હતોઃ જો અમારા મુખ્ય લક્ષ્યને ઉત્સાહ, એકાગ્રતા અને હકારાત્મકતા સાથે હાંસલ કરવામાં આ ચીજો અમને માનસિક, શારીરિક અને ભૌતિક રીતે સુખી, સંતોષી અને ઉત્સાહિત રાખી શકે એમ હોય તો તે ભલે અમારી સાથે રહેતી.

એ યાદીમાં મારું લેપટોપ હતું, જેના દ્વારા અમે વિશ્વ સાથે, અને ખાસ તો નાણાકીય વિશ્વ સાથે, સંપર્કમાં રહી શકીએ. એક મોટી સ્ક્રીનવાળું ટીવી હતું, જેમાં અમે મૂવીઝ અને સ્પોર્ટ્સ જોઈ શકીએ. એ ઉપરાંત બોલિવૂડ મ્યુઝિક અને મૂવીઝની વીસીડીઝ અને ડીવીડીઝ, અમને ભાવતી વૈશ્વિક વાનગીઓ તૈયાર કરવા માટેની કૂકિંગ રૅન્જ અને છેલ્લે લૉંગ ડ્રાઈવ માટે એક શ્રેષ્ઠ કાર, જેથી અમારે સ્થાનિક ટ્રાન્સપૉર્ટ પર નિર્ભર ન રહેવું પડે.

અમારી ફિલોસોફી સીધીસાદી હતી. વંચિતો કે જરૂરિયાતમંદો માટે તમારે કામ કરવું હોય તો એ માટે તમારે કરકસરથી જીવવાની કે તમારી જીવનશૈલીને ઊતરતી કક્ષાની રાખવાની જરૂર નથી. જો તમને પરવડતું હોય અને યોગ્ય માર્ગે કમાયેલી સંપત્તિ હોય તો તમે તમારી રીતે આનંદ કરવાના હકદાર છો.

અમારા લક્ષ્યમાં મહત્ત્વનો હિસ્સો નાણાકીય શિક્ષણનો પ્રસાર કરવાનો હતો, જે

અમારી અંતિમ મંઝિલ હતી. અમે ઈચ્છતા હતા કે અમારી લક્ષ્ય તરફની આ યાત્રા સંઘર્ષ બની રહેવાને બદલે આનંદયાત્રા બની રહે.

અમે સર્જેલી સંપત્તિનો આનંદ લૂંટવાનો અમને હક છે અને એ પણ અમારો એક હેતુ હતો, જે ઘણા લોકો ભૂલી જતા હતા.

'હેતુ વિના એકત્ર કરાયેલી સંપત્તિ' વિશેનો એક પાઠ અમે 'જીવન આયોજન સત્ર'માં ભણ્યાં હતાં.

અમે આ 'આવશ્યક લક્ઝરીઝ' અમારાં સંસાધનો દ્વારા આસાનીથી ખરીદી શકતાં હતાં. એનજીઓ પાસેથી જે વેતન મળે એ કદાચ અમારા રોજે રોજના ખર્ચ માટે પર્યાપ્ત થઈ રહેવાનું હતું.

એક વાર અમારા સાહસ અને જીવનશૈલીના અંગેના નાણાકીય આયોજનની સ્પષ્ટતા થઈ ગઈ એટલે અમે હરણફાળ ભરવા સજ્જ થઈ ગયાં....

શરૂઆત કરવા, અમે રાજસ્થાનના અંતરિયાળ વિસ્તારનું એક ગામ પસંદ કર્યું, જ્યાં અમે એક વર્ષ માટે રહી શકીએ અને આ કામ ચાલુ કરી શકીએ.

અમે અમારા પ્રથમ ઍસાઈનમેન્ટ માટે રાજસ્થાનમાં સેટલ થયાં. એક સાંજે મને કોલ આવ્યો કે મારા પિતાને હાર્ટ ઍટેક આવ્યો છે અને તેઓ આઈસીયુમાં છે.

બિંદિયા અને મેં મુંબઈ જવા ઉદયપુરથી વહેલામાં વહેલી ફ્લાઈટ પકડી.

પિતાજીની તબિયત ગંભીર હતી. હું તેમની બાજુમાં બેઠો, "પપ્પા શું થઈ ગયું? તમે તો મારા સુપરમૅન છો."

"ચલ બેટા.... હવે જવાના સમયે મસ્કા નહીં માર....મારી વાત સાંભળ..... તારા પપ્પાએ પોતાનું વિલ બનાવ્યું છે."

"મેં એને સંભાળીને એ જ પેલા આપણા ઘરના'આરબીઆઈ'વાળા કબાટમાં રાખ્યું છે," કહી વાતો કરતાં કરતાં પાછા હાંફવા લાગ્યા.

"બેટા તેં જે રીતે જિંદગી જીવી છે એનો મને ગર્વ છે," એ તેમના છેલ્લા શબ્દો હતા. નાશિકમાં અંતિમ વિધિ પતાવીને અમે ઘરે પાછાં આવ્યાં.

મેં અમારા 'આરબીઆઈ'વાળા કબાટનું ખાનું ખોલ્યું, જ્યાં મારા પિતા તેમના બધા નાણાકીય દસ્તાવેજો રાખતા હતા.

સામે જ આગળના ભાગમાં એક દસ્તાવેજ હતો. પિતાએ તેના પર પોતાની આગવી શૈલીમાં 'મારી મરજી' લખ્યું હતું. વિલ માટે તેઓ આ શબ્દો વાપરતા.

વિલ વાંચતાં વાંચતાં ફરી એક વાર હું નાણાકીય બાબતે મારા પિતાના વલણથી અચરજ પામ્યો. તેમની પાસે માત્ર બે અસ્ક્યામત હતી, એક તો ફ્લૅટ કે જેમાં તેઓ રહેતા હતા અને બીજી બૅન્ક ખાતામાંની ૨,૨૦,૦૦૦ રૂપિયાની રકમ.

એમણે યુક્તિપૂર્વક એવો નિર્દેશ કર્યો હતો કે ફ્લૅટ અને બૅન્ક ખાતામાંની રકમ મારી માતાના નામે રહેશે. એમણે લખ્યું હતું કે ફ્લૅટ માટેની પૂરી રકમ તેમના પુત્રે આપી

હતી, જે તેની નૈતિક અને નાણાકીય ફરજ હતી, કારણ કે ઈશ્વરના આશીર્વાદથી પુત્ર નાણાકીય સલામતી ધરાવતો હતો. તેમને લાગ્યું હતું કે ફ્લૅટ પોતાના નામે હોવાથી મારી માતાની (એટલે કે તેમની પત્નીની) નાણાકીય સલામતી ખાતર તેમના નિધન બાદ ફ્લૅટ તેના નામે કરવામાં આવે. મા પાસે એકમાત્ર આ જ અસ્ક્યામત હશે.

પિતાના સુસ્પષ્ટ વિચારો અને નૈતિકતાનું બળ જોઈ મારાથી બોલાઈ ગયું, “પપ્પા, તમારો પુત્ર હોવાનો મને ગર્વ છે....”

“આ જન્મમાં તો તમે માત્ર બૅન્કના કૅશિયર હતા, પરંતુ આગલા જન્મમાં તમે આરબીઆઈના ગવર્નર જરૂર બનશો.”

મેં વિલ પાછું કવરમાં મૂકી દીધું અને તેને પુનઃ ડ્રૉઅરમાં મૂકતી વખતે મેં અતિશય જીર્ણ થઈ ગયેલું એક કવર જોયું. કવર પર જે પારદર્શક ભાગ હતો એમાં મેં મારું નામ અને એની નીચે ‘એલોટમેન્ટ ઑફ શૅર્સ’ લખેલું વાંચ્યું.

મેં જિજ્ઞાસાવશ કવર ખોલ્યું અને એમાંનો પત્ર બહાર કાઢ્યો. એ મને ફાળવવામાં આવેલા ૧૦૦ શૅરોનું સર્ટિફિકેટ હતું. મેં ૧૯૯૩માં ૯,૫૦૦ રૂપિયા અમેરિકા જતાં પૂર્વે એક આઈટી કંપનીના આઈપીઓમાં રોક્યા હતા. હું તો એને સાવ જ ભૂલી ગયેલો. તે એટલે સુધી કે મને એ આઈટી કંપનીનું નામ પણ યાદ નહોતું.

એ સર્ટિફિકેટ જોઈને મને ઘણું સારું લાગ્યું. માનવામાં ન આવે એવી વાત હતી કે તે કંપની અત્યારે આઈટી સેક્ટરની ટોચની કંપની બની ગઈ હતી અને શૅરબજારમાં તેના નામના સિક્કા પડતા હતા.

જ્યારે હું અમેરિકામાં હતો ત્યારે ભારતમાંની નાણાકીય ઘટનાઓથી વાકેફ રહેતો હતો અને આ ભારતીય આઈટી કંપની વિશે છૂટીછવાઈ માહિતી આવતી રહેતી, પરંતુ તેના શૅરોના ભાવ પર મારું ધ્યાન નહોતું કારણ કે હું અહીં ઈક્વિટી બજારમાં રોકાણ કરવા માગતો નહોતો.

મેં શૅરોના ભાવ જોવા તત્કાળ ટેલિવિઝન ચાલુ કર્યું, જ્યારે મારા શૅરનો ભાવ દેખાયો ત્યારે મારી આંખો અચરજથી પહોળી થઈ ગઈ. મેં કેલ્ક્યુલેટર લીધું અને સાદી ગણતરી કરી. મારા શૅરની સંખ્યાનો વર્તમાન બજાર ભાવથી ગુણાકાર કર્યો અને મને જે આંકડો દેખાયો એ બહુ મોટો હતો.

મને બિંદિયાને બોલાવવાનું મન થયું પરંતુ મેં મારા પર કાબૂ રાખ્યો, કારણ કે એ કિચનમાં રસોઈ બનાવવામાં વ્યસ્ત હતી. હું એને આ ખબર આપું એ પૂર્વે હું સંપૂર્ણ અને સાચું ચિત્ર જોવા માગતો હતો. હું કંપનીની વેબસાઈટ પર ગયો અને તેના શૅરનો ઈતિહાસ તપાસ્યો.

એ કંપનીનો આઈપીઓ ૧૯૯૩માં આવ્યો હતો. ત્યારથી હું આ શૅરો ધરાવતો હતો. એ પછી શૅરોનું અનેક વાર વિભાજન (સ્ટૉક સ્પ્લિટ) થયું હતું, બૉનસ શૅરો પણ જાહેર થયા હતા અને કંપની છેલ્લાં ૧૮ વર્ષથી ડિવિડંડ જાહેર કરતી હતી. સ્ક્રીન પર જે આંકડો દેખાતો હતો તે માની ન શકાય એટલો મોટો હતો.

"૧૯૯૩ના આઈપીઓમાં રૂ. ૯૫૦૦માં ૧૦૦ શૅરો ફાળવવામાં આવ્યા હતા તે વધીને ૧૨,૮૦૦ શૅરો થયા હતા, જેની કિંમત ૨૦૧૧ના વર્ષને અંતે રૂ. ૪.૧૫ કરોડ થઈ ગઈ હતી એટલે કે દર વર્ષે ૫૯ ટકાના દરે વૃદ્ધિ થઈ હતી."

આ વાંચીને હું વધુ કાબૂ ન રાખી શક્યો અને મેં બૂમ મારી, “બિંદિયા.......... બિંદિયા............. આપણું કામ થઈ ગયું.”

આ સાંભળીને એ રસોડામાંથી બહાર આવી અને મોટા સાદે કહ્યું “તું ગાંડો થઈ ગયો છે કે શું?”

“હા, હું તો થયો છું અને આ સાંભળીને કદાચ તું પણ થઈ જઈશ.”

મેં બિંદિયાને આખી ઘટના કહી જે સાંભળીને એ અવાચક થઈ ગઈ; છતાં શાંત રહી. કથા માનવામાં આવે એવી નહોતી અને એટલી બધી સારી હતી કે જાણે સપનું લાગતું હતું. આ આખો બનાવ જાણે ગળે ઊતરતો નહોતો.

પ્રથમ હકીકત મારા મનમાં એ આવી કે આ દસ્તાવેજ પપ્પાના ‘આરબીઆઈ’ કહેવાતા ખાનામાંથી મળ્યો હતો. આટલા મહત્ત્વનો દસ્તાવેજ એમાં આટલાં વર્ષોથી સચવાયેલો પડ્યો હતો તે દૃષ્ટિએ તેનું ‘આરબીઆઈ’ નામ સાર્થક થયું હતું.

અમારા જીવનની આ અત્યંત ભાવવિભોર ક્ષણ હતી. મેં શૅર સર્ટિફિકેટ મારા ઘરમાં બારી બાજુએ રાખેલા નાના મંદિરમાં ગણેશ ભગવાનની મૂર્તિ સમક્ષ મૂક્યું. અમે મારી મમ્મીને બોલાવી. એને એ ખબર નહોતી કે અમે પ્રાર્થના કરવા લાગ્યા તેની પાછળનું કારણ શું છે!

ફરી એકવાર હકારાત્મક પલટો આવ્યો હતો એ જોતાં હવે સમય પૂર્ણ સમીક્ષા કરવાનો હતો. અમારા જીવનમાં ભવિષ્યમાં લેવા જોઈતાં પગલાં નક્કી કરવાની ક્ષણ આવી ચૂકી હતી.

મને પ્રથમ વિચાર મારા મિત્ર વિષ્ણુનો આવ્યો, જેણે મને આ કંપનીના આઈપીઓમાં રોકાણ કરવાનું સૂચન કર્યું હતું. વિષ્ણુના મૂડીરોકાણના સૂચનનો હેતુ ઉમદા હતો એવી ખાતરી બિંદિયાએ આપેલી એ પણ મેં યાદ કર્યું.

બિંદિયાએ કહ્યું હતું કે મારા પિતાએ વિષ્ણુના જીવનમાં જે ભાગ ભજવ્યો હતો એની કૃતજ્ઞતારૂપે વિષ્ણુએ આ સૂચન કર્યું હતું અને એ વખતે આઈટી કંપનીના સ્થાપકો વિશેની નક્કર માહિતી પણ ધરાવતો ન હતો. બિંદિયાએ એમ પણ કહ્યું હતું કે જો તેના ઈરાદાઓ નેક છે તો આમાં કરેલું રોકાણ ભવિષ્યમાં નક્કી ઊગી નીકળશે અને ખરેખર એમ બન્યું!

ઘણીવાર, બજારમાં કિંમત કરતાં ઈરાદા વધુ કામ કરી જતા હોય છે.

હા, તેના 'વિષ્ણુ' નામ પ્રમાણે એ વખતે તે અમારા માટે 'અવતાર' બનીને આવ્યો હતો.

જિંદગીમાં ખુશીઓ આવે ત્યારે ચારે બાજુએથી આવતી હોય છે.

અન્ય એક સ્વાભાવિક બાબત એ શીખ્યાં કે વિષ્ણુ આઈપીઓના ફંડામેન્ટલ્સ જાણતો હોવાથી અમને લાભ મળ્યો હતો એવું નહોતું. હકીકત એ હતી કે હું અમારું મૂડીરોકાણ ભૂલી ગયો હતો અને તેને ૧૮ વર્ષ બાદ જોયું હતું.

અહીં ઈરાદા વિના થઈ ગયેલી ઉપેક્ષા કામ કરી ગઈ હતી. ઈક્વિટીમાં રોકાણ, અમેરિકામાં કરો કે ભારતમાં, લાંબા સમય માટે કરો તો તેનો લાભ થાય એ નક્કી હતું. હવે અમારી સામે મીઠડો સવાલ એ હતો કે આ પર્વત જેવડા નફાને જાળવી રાખવો

કે પછી સંપૂર્ણ હૉલ્ડિંગ વેચી દઈને નાણાકીય શિક્ષણનો પ્રસાર કરવાની અમારી મહેચ્છામાં તેની સહાય લેવી?

અમે ફંડામેન્ટલ ચેક કર્યાં. નફાની ટકાવારી અને તેનો આંકડો કલ્પનાતીત હતો. આ મૂડીરોકાણે અમારી અપેક્ષાથી ક્યાંય અધિક સારી કામગીરી કરી હતી એટલે યોગ્ય એ હતું કે વધુ લાલચ કર્યા વિના આ રોકાણમાંથી સંપૂર્ણપણે નીકળી જઈએ.

અમે સંપૂર્ણ હૉલ્ડિંગ વેચી દીધું અને મેળવેલી ૫૦ ટકા રકમ નાણાકીય શિક્ષણના પ્રસાર કરવાના અમારા લક્ષ્ય માટે ફાળવી અને ૫૦ ટકા રકમ અમારા પોતાના ભવિષ્ય માટે મ્યુચ્યુઅલ ફંડ્સમાં રોકી.

મારા માટે આ સત્ય દર્શનની ઘડી હતી. મને સમજાયું કે હું એવી સ્થિતિમાં હતો જેનું સપનું મેં વર્ષો પૂર્વે જોયું હતું. મેં મારી જાતને વર્ષો પૂર્વે કહ્યું હતું કે મારી પાસે એટલાં નાણાં હશે કે મને સૂઝ નહીં પડે કે મારે તેનું શું કરવું...... અત્યારે વર્ષો પૂર્વેની એ ધારણા હકીકત બની ગઈ હતી.

છેલ્લા બે મહિનામાં બૌદ્ધિક, આધ્યાત્મિક અને નાણાકીય અનુભવોના સમૃદ્ધ ભાથા સાથે બિંદિયા અને હું ફરી એકવાર અમારા લક્ષ્યને હાંસલ કરવા રાજસ્થાનના ગામમાં પાછાં ફર્યાં.

અમે ઘરને સરખું કર્યું જે સાદું, પારંપરિક છતાં બિંદિયા અને મારા માટે જરૂરી એવી બધી આવશ્યક 'લકઝરી' સાથેનું હતું.

વિરાટ ટીવી સેટથી લઈને કાળા રંગની લક્ઝરી કાર સહિત બધું બરાબર ગોઠવાઈ ગયું. છેલ્લે, એક વધારાનો બેડરૂમ કે જેમાં કોઈ રહેશે કે ખાલી રહેશે તેને પણ અમે ભૂલ્યાં નહોતાં.

રાજસ્થાનમાં અમારો એક વર્ષનો કાર્યકાળ સુંદર રહ્યો અમે થોડા સમય માટે ઘરે પરત આવ્યાં.

નાણાકીય શિક્ષણના પ્રસારની અમારી ઝુંબેશનો બહુ સારો આરંભ થયો.

હવે, અમે આ બુક લખી રહ્યાં છીએ ત્યારે અમે અમારા નવા સાહસની તૈયારી કરી રહ્યાં છીએ.... વિચારો એ શું હશે....

કદાચ અમે અદ્‌ભુત પ્રદેશ લેહમાંના હિમાલયની સુંદર ટેકરીઓ ભણી જઈશું.

નાણાકીય સુખ હાંસલ કરવું એ અમારા માટે એક યાત્રા છે, મંઝિલ નહીં.

બિંદિયા અને સુમિતની યાત્રા ચાલુ છે.

પુસ્તક પૂરું થાય છે.... છેલ્લી લાઈનમાં બિંદિયા અને સુમિતનાં નામ સાથે જોઈને શ્વેતાને ઝટકો લાગે છે.

એણે એક પણ બ્રેક લીધા વિના એક જ બેઠકે ૩-૪ કલાકમાં પુસ્તક વાંચી કાઢ્યું હતું અને એમાં ભોજન લેવાનું પણ વીસરી ગઈ હતી.

પુસ્તક એટલું પ્રેરણાદાયી અને અદ્‌ભુત હતું કે એણે છેલ્લા પાને સુમિત બિંદિયાનાં નામ જોયાં તો પણ એને એ ખ્યાલ ન આવ્યો કે હકીકતમાં એ સુમિત અને બિંદિયાની આત્મકથા વાંચી રહી હતી.

એણે પુસ્તક જેવું રૂમ વચ્ચેના ટેબલ પર મૂક્યું તો તેની નજરે ટેબલ પર એક ઈલેક્ટ્રિસિટી બિલ ચડ્યું, જેના પર 'સુમિત કુલકર્ણી' નામ હતું. કેવો યોગાનુયોગ!

આ પુસ્તક વાંચ્યા બાદ એના મનમાં 'મિશ્ર લાગણીઓ' ઊભરાવા લાગી.

એને યાદ આવ્યું કે રોહન અને એની જોડીને એના કુટુંબે 'અનોખી જોડી'નું બિરુદ આપ્યું હતું. પરંતુ હવે એ હકીકત જાણતી હતી કે સુમિત અને બિંદિયાની જોડી અનોખીમાં અનોખી જોડી હતી.

એમની કથાની હવે શ્વેતાને જાણ હતી અને એમના વિશેની જિજ્ઞાસાનો અંત આવ્યો હતો.

એણે રેસ્ટોરાંમાં પ્રથમ વાર એ બન્નેને જોયાં હતાં ત્યારે જ એને તેમના પ્રતિ ગાઢ લાગણીનો અનુભવ થયો હતો.
શ્વેતાનું અંતર ઊંડે ઊંડે કહેતું હતું કે એમની કથામાં છેક ઊંડે અન્ય એક સ્તર પણ છે, જેને બહાર લાવીને પોતાની રીતે સમજવાની હજી જરૂર છે.

સાંજે સુમિત અને બિંદિયા ઘરે પાછાં આવ્યાં.

"હાય શ્વેતા, દિવસ કેવો રહ્યો?" બિંદિયાએ પૂછ્યું.

જ્યારે પ્રિન્સિપાલ વર્ગમાં આવે ત્યારે એમના માનમાં વિદ્યાર્થીઓ ઊભા થઈ જાય એમ શ્વેતા એમને

જોતાંવેત ઊભી થઈ ગઈ.

"બહુ સારો રહ્યો, સર!" એણે ઉત્તર આપ્યો.

બિંદિયાએ શ્વેતાના ખભે ટપલી મારી કહ્યું, "હજી સવાર સુધી તો તે માત્ર સુમિત હતો, અચાનક એને કેમ 'સર' કહેવા માંડી?"

"અમારા બ્રિટિશ કલાસિક મૂવીઝના ડીવીડી કલેક્શનમાંથી તે કોઈ મૂવી જોયું લાગે છે?"

શ્વેતાએ સ્મિત કર્યું, "ના બિંદિયા આમ જ મારાથી કહેવાઈ ગયું."

ત્યાર પછી એ બુકનાં નહીરો-હીરોઈનપને નીરખવાનું રોકી શકી નહીં, જેઓ તેની સમક્ષ જ એમના દૈનિક જીવનનાં કામ કરી રહ્યા હતાં.

એ ક્ષણથી, આ પ્રવાસ કરવાનો તેનો હેતુ વધતાઓછા અંશે પૂરો થયો હતો, તેમ છતાં 'કુલકર્ણીઝ'ની સરળ પરંતુ 'સમૃદ્ધ' જીવનશૈલીને વધુ એક સપ્તાહ માણવાનું અને પછી મુંબઈ પરત ફરવાનું એણે નક્કી કર્યું. એ પછી એણે તેમની સાથે જે એક સપ્તાહ વિતાવ્યું એ સમૃદ્ધ અનુભવ બની રહ્યું. એમની સાથેની અંગત કે નાણાકીય ચર્ચા, તેમના પ્રતિભાવો, વિચારો અને શબ્દો એ બધું એ જાણતી હતી તેમ છતાં તેમાં નાવીન્ય હતું.

એ ૧૦ દિવસ શ્વેતા માટે કલ્પનાતીત અને અસ્તિત્વને ઝંઝોળનારા બની રહ્યા.
સુમિત અને બિંદિયા વચ્ચેના મોહક સંબંધ અને બહાર રળિયામણા લેહની સુંદરતા શ્વેતા માટે જીવન પરિવર્તક બની રહ્યાં.

એ તત્કાળ પોતાના ઘરે પાછી ફરવા આતુર હતી, કારણ કે એના મગજમાં હવે ઘણા વિચાર હતા અને જીવનની હકીકતોને પચાવવાનું બળ એ પ્રાપ્ત કરી ચૂકી હતી.

બીજી સવારે એણે બન્નેને વાત કરી. "ગઈ કાલે મારા ભૂતપૂર્વ બૉયફ્રેન્ડનો મારા પર કોલ આવ્યો હતો અને કહેતો હતો કે તે મને બહુ મિસ કરે છે અને .... ફરી મારી સાથે જોડાવા માગે

છે... મારે જવું પડશે, કારણ કે મને સમજાયું છે કે હું એને હજીય બહુ પ્રેમ કરું છું અને અમારો સંબંધ જેના લીધે તૂટ્યો એ ભૂલોને સુધારી લેવા માગું છું."

"હું હવે જવા માગું છું, અગાઉ નક્કી કર્યા પ્રમાણે આખો મહિનો ન રહી શકવા માટે હું દિલગીર છું."

"બહુ સારું, શ્વેતા, પરંતુ આપણા કરાર પ્રમાણે તારે મહિનાનું ૧,૦૦૦ રૂપિયા પૂરું ભાડું ચૂકવવું પડશે," એમ સુમિતે શ્વેતાની સામે હાથ લંબાવતાં કહ્યું.
શાંત અને ઠંડા દિમાગથી જેણે કરોડોની કમાણી કરી છે એ વ્યક્તિ માત્ર વ્યવહાર ચોખ્ખો અને પારદર્શક રાખવા ૧,૦૦૦ રૂપિયા માગી રહ્યો હતો.

શ્વેતાએ સુમિત તરફ માનથી જોયું અને તેના હાથમાં એક હજાર રૂપિયા મૂકતાં બોલી "મારું અહોભાગ્ય કે તમે અને શ્રીમતી કુલકર્ણી મને મળ્યાં. તમારો આભાર....તમે મારા માટે જે કર્યુ એ બધા માટે આભાર."

એ બિંદિયાને ભેટી પડી, "તારી રૂમ મને આપવા અને તારી પ્રેરણાત્મક જિંદગીનો એક નાનો અંશ બનવાની તક તે આપી એ બદલ થેંક્સ," કહી શ્વેતા ઘરની બહાર આવી અને ઍરપોર્ટ જવા રિક્ષા કરી.

ઑટો ડ્રાઈવર એ જ હતો જે પ્રથમ વાર શ્વેતાને સુમિત અને બિંદિયાના ઘરે લઈ ગયો હતો. શ્વેતા એને ઓળખી ગઈ, "ભાઈ સાહબ, આપ કો ભી થૅંક યુ કહના ચાહૂંગી, ક્યોં કિ આપ હી થે જિસને મુજે સહી મંઝિલ પર પહુંચાયા, 'ઈન્ડોઅમેરિકન' કપલ કે ઘર."

શ્વેતા શું કહેવા માગતી હતી તે ડ્રાઈવર સમજ્યો નહીં પરંતુ એણે જવાબમાં સ્મિત કર્યું.

"મૅડમ, ૧૫૦ રૂપીઝ પ્લીઝ.... ઍરપૉર્ટ આ ગયા."

શ્વેતાએ રૂપિયા ચૂકવ્યા અને સસ્મિત રિક્ષામાંથી ઊતરી.

એ તરોતાજા અને સ્ફૂર્તિવાન હતી. એણે હેડફોન કાનમાં ભરાવ્યા અને 'ગાઈડ' ફિલ્મનું સદાબહાર ગીત સાંભળવા લાગી

"આજ ફિર જિને કી તમન્ના હૈ....."

આહા........ સિચ્યુએશનને પરફેક્ટ બંધબેસતું એ ગીત હતું.

જે ધરતીએ એને હકારાત્મકતા અને આઝાદી આપી હતી એ અમેરિકા છોડતાં પૂર્વે સુમિતે એ ધરતીને પ્રણામ કરી આભાર વ્યક્ત કર્યો હતો એ યાદ કરીને શ્વેતા લેહની એ ધરતીને ઘૂંટણિયે પડી ચૂમી, જેણે એના વિચારોને ધરમૂળથી બદલી નાખ્યા હતા.

શ્વેતા જીવનની અને નાણાંની ઘણી બધી બાબતોમાં પહેલાં પારંગત બનવા અને પછી એ વિષયોમાં સર્વોચ્ચ શિખરે પહોંચવા માટેનું પુષ્કળ હૉમવર્ક લઈને મુંબઈ પાછી ફરી રહી હતી.

ફિલ્મ
યોર્સ ફાઇનાન્શિયલી
લક્ષ્ય

શ્વેતાની તો આખી જિંદગી જ બદલાઈ ગઈ.

દુબઈથી પરત આવ્યા પછી શ્વેતા જે શીખવા માગતી હતી અને જેના જવાબો શોધતી હતી એ એને લેહમાં, એ ૩-૪ કલાકના પ્રેરણાત્મક વાંચન દ્વારા પ્રાપ્ત થયા.

આ ‘ઘરવાપસી’ અલગ પ્રકારની હતી. શ્વેતા હવે વધુ શાંત, ધીર-ગંભીર બની હતી અને સૌથી મહત્ત્વનું તો એ કે એ ‘જ્ઞાની’ બની હતી.

શ્વેતા વિમાનમથકેથી સીધી ખુશીની સ્કૂલમાં ગઈ કેમ કે એ એની પુત્રીને મળવા રાહ જોવા માગતી નહોતી. ખુશીને અચરજ થયું કે એને લેવા એની ખુશખુશાલ મોમ આવી છે. મમ્મીને જોઈને એની આંખોમાંથી આનંદ છલકાઈ ગયો, “મમ્મી, મને તારા વિના ગમતું નહોતું,” ખુશીએ ભેટી પડતાં કહ્યું

શ્વેતા પોતાનાં આંસુ ખાળી ન શકી, “તને બે વાર થૅંક્સ.”

ટેક્સીમાં જતાં રસ્તે ખુશીએ પૂછ્યું, "મૉમ, કેમ બે વાર થેંક્સ?"

"મને ખબર હતી કે તું તરત જ પૂછીશ."

"ઓકે...... પ્રથમ થેંક્સ 'થ્રી ઈડિયટ્સ'નું છેલ્લું સીન અને ધરતી પરનું સ્વર્ગ લેહ બતાવવા બદલ કે જ્યાં હું મારા જીવનના 'ફુંગસૂક વાંગડુ'ને મળી, જેની સ્ટોરી હું તને પછી કહીશ."

"અરે વાહ અદલ ફિલ્મની જેમ મૉમ....મને ગમશે.... અને બીજું થેંક્સ?" ખુશીએ પૂછ્યું.

"બીજું થેંક્સ એક સારી છોકરી બની રહેવા બદલ....... મમ્મીને આ સુપર ટ્રિપમાં જવા દેવા બદલ અને 'નાના-નાની'ની કાળજી લેવા બદલ..... લવ યુ બેટા."

ઘરે પહોંચ્યાં ત્યારે એના પિતાએ આલિંગન આપી સ્વાગત કર્યું. શ્વેતા એના 'આદર્શ'ને ભેટી પડી, જેણે હકીકતમાં સૂચવ્યું હતું કે એણે આ 'પરિવર્તનકારક' પ્રવાસ કરવો જોઈએ. એના હાવભાવ અત્યંત હકારાત્મક હતા અને તેની આભા અહીંથી ગઈ તેના કરતાં વધુ તેજસ્વી લાગતી હતી.

"બેટી, લાગે છે કે તને તારા બધા સવાલના જવાબ મળી ગયા," પિતાએ કહ્યું.

"હા પપ્પા, સુપર સજેશન કરવા બદલ આભાર....મેં મારી મંઝિલ શોધી લીધી. સૉરી, સૉરી, ભૂલ સુધારતાં કહું છું કે મને યોગ્ય માર્ગ મળી ગયો છે."

"મને આનંદ છે કે તને યોગ્ય માર્ગ મળી ગયો અને વહેલી-મોડી તને તારી મંઝિલ પણ મળી જશે," પિતાએ કહ્યું.

"હા ઘણી વાર યાત્રા પોતે ગંતવ્યસ્થાન કરતાં અધિક રસપ્રદ અને સંતોષપૂર્ણ હોય છે," શ્વેતાએ શાંતિથી કહ્યું.

"વાહ ક્યા બાત હૈ, મારી છોકરી આટલી ફિલોસોફિકલ વાતો કરતી થઈ ગઈ...લાગે છે બહુ જ્ઞાન મળ્યું છે."

"કોઈ બાબા કે ગુરુજીને મળી કે?" પિતાજીએ પૂછ્યું.

આ સાંભળતાંવેંત શ્વેતા લાગણીશીલ અને ઉત્તેજિત થઈ ગઈ. લેહમાં થયેલા એ શાતાપ્રદ અનુભવ અને સુમિત અને બિંદિયાની કથાને કહેવા એ અતિ આતુર હતી.

"પપ્પા, આપણે જ્યારે ખરેખર કંઈક પ્રાપ્ત કરવા માટે મથતા હોઈએ તો બ્રહ્માંડનાં બધાં પરિબળો એક થઈ આપણને એ ચીજ પ્રાપ્ત કરવા માટે મચી પડે છે. મેં ઈચ્છ્યું હતું કે મારા અગાઉના માર્ગમાં શું ખોટું થયું અને ભવિષ્યમાં શું કરવું એ કોઈ બતાવે."

"મારી એ ઈચ્છા કોઈ દાઢીદારી બાબા કે ગુરુએ નહીં, પણ પોતાના જીવનના અનુભવોને પછી ઉપયોગમાં લેનારા બે જ્ઞાનીજનોએ પૂરી કરી. આ એવી વ્યક્તિઓ હતી, જેમણે જીવનમાં બધી મુશ્કેલીઓ, કસોટીઓ, રોષ અને ઉત્તેજનાનો સામનો એક સામાન્ય વ્યક્તિની જેમ કર્યો હતો."

"જિંદગીનો અહેસાસ, જિંદગી જીવવાથી થાય છે...... સંસારથી દૂર જઈને અને જોગી બનીને નહીં."

શ્વેતાએ લાગણીશીલ બનીને તેના ડેડને કહ્યું.

હવે શ્વેતા એની જિંદગીને નિશ્ચિત રૂપમાં ઢાળવા જરૂરી તત્ત્વ "જાગૃતિ" પ્રાપ્ત કરી ચૂકી હતી એટલે એની વિચ્છિન્ન જિંદગીના ટુકડાઓ ફરી જોડવાનો સમય આવી ગયો હતો.

તે પ્રથમ પાઠ એ શીખી કે પોતાની વાસ્તવિક નાણાકીય સ્થિતિની ભાળ મેળવવી અને તેના પર અંકુશ પ્રાપ્ત કરવો.

એણે તત્કાળ પોતાની પ્રૉફેશનલ નાણાકીય સલાહકાર પ્રીતિને બોલાવી.

પ્રીતિએ ચોક્સાઈપૂર્વક નેટવર્થ સ્ટેટમેન્ટ બનાવ્યું હતું, જેમાં શ્વેતાની ઍસેટ્સ અને લાયેબિલિટીઝ દર્શાવવામાં આવી હતી. એ પર્સનલ બૅલેન્સશીટ જેવું હતું. દુબઈમાં વિવિધ સ્રોતોમાંથી કેટલી રકમ પ્રાપ્ત થશે એનો ખ્યાલ મેળવવા પ્રીતિએ જયની સહાય લીધી હતી.

નેટવર્થના સ્ટેટમેન્ટમાં ઍસેટ્સમાં તો એનઆરઈ ઍકાઉન્ટ (રોહનની ઇન્સ્યોરન્સ પૉલિસીઓની પ્રાપ્ત થયેલી રકમ સહિત)માં તેનાં ભારતમાંનાં મ્યુચ્યુઅલ ફંડ્સમાં કરેલા રોકાણ (જેની કામગીરી અતિ ઉત્તમ રહી હતી), દુબઈના રિયલ એસ્ટેટમાં કરેલા મૂડીરોકાણમાંથી પ્રાપ્ત થનારી સંભાવ્ય રકમ, દુબઈમાંના 'સિંગલ' એકાઉન્ટમાંની રકમ (જે કાનૂની વારસ માટે છૂટી થાય એ માટે અદાલતના આદેશની રાહ જોવાઈ રહી હતી) અને અંતે, મુંબઈ શહેરના છેવાડાના ભાગે ખરીદેલી રિયલ એસ્ટેટ પ્રૉપર્ટી કે જેના મૂલ્યમાં બહુ વધારો થયો નહોતો. મૂડીરોકાણના એ પોટલામાં ઉત્તમ, ખરાબ અને અતિ ખરાબ મૂડીરોકાણ સામેલ હતાં.

પોતાની આખી પ્રૉફાઈલ સંક્ષિપ્તમાં જોઈને શ્વેતાને આનંદ થયો. શ્વેતા નાહી નાખવું પડે એવી કેટલીક રકમોને ભૂલી જવા તૈયાર હતી. દુબઈમાં કરેલા રિયલ એસ્ટેટ સોદાની અને દુબઈમાંના નસિંગલ નામના ખાતાથમાંની રકમ આવી જ હતી.

આમ છતાં એ સ્ટેટમેન્ટ હાથમાં પકડી રાખતાં તેને સલામતીનો અનુભવ થયો. વર્ષો બાદ શ્વેતાને નપોતાની નાણાકીય બાબતો પર અંકુશથ પ્રાપ્ત થયાની લાગણી થઈ.

"આ સરસ છે, પ્રીતિ, પરંતુ કેશ ફ્લો ટેમ્પલેટ ક્યાં છે? પ્રારંભ કરવા માટે એ સૌથી અધિક મહત્ત્વનું છે અને ફાઇનાન્શિયલ ગોલ સેટિંગ ટેમ્પલેટ ક્યાં છે," શ્વેતાએ પૂછ્યું.

પ્રીતિની આંખો આશ્ચર્યથી પહોળી થઈ ગઈ, ઓહ માય ગોડ, ક્યા બાત હૈ? તું તો નેટવર્થ ચકાસવા લાગી, કેશ ફ્લો સ્ટેટમેન્ટ માગે છે અને ફાઇનાન્શિયલ ગોલ સેટિંગ ટેમ્પલેટની પણ તને જરૂર છે. આ હું શું જોઈ રહી છું? શ્વેતા તો પૂરેપૂરી બદલાઈ ગઈ છે!

એમ લાગે છે કે હું તારી સિક્વલ જોઈ રહી છું...... શું કહું એને, શ્વેતા-૨ કે શ્વેતા રિટર્ન્સ?

હવે પેન અને પેપર લઈ પોતાની નાણાકીય જીવનકથા લખવાનો સમય આવી ગયો હતો.

એની નેટવર્થમાં રકમ આશરે રૂ. ૫૦ લાખ હતી, જે પેપર પર સારી દેખાતી હતી પરંતુ હકીકત એ હતી કે પ્રવાહી અસ્ક્યામતો આશરે રૂ.૧૫ લાખની હતી. બાકીની રકમ બિનનફાકારક રિયલ એસ્ટેટમાં કરેલા રોકાણ અને દુબઈની બેન્કમાં વિવાદમાં સપડાયેલી રકમની હતી.

આટલી નાણાકીય શક્તિ, યોગ્ય સલાહકાર અને લેહમાં મળેલા જ્ઞાનની મૂડી સાથે શ્વેતાએ દુનિયાનો સામનો કરવાનો નિર્ણય કર્યો.

સાહસિક વ્યક્તિને નસીબ સહાય કરે છે એ ઉક્તિ મુજબ ત્રણ જ મહિનામાં શ્વેતા માટે હકારાત્મક પરિસ્થિતિ નિર્માણ થવા લાગી. મુશ્કેલીઓ દૂર થવા લાગી.

શ્વેતાને એક ખાનગી મીડિયા કંપનીમાં સારા પગારની નોકરી મળી ગઈ, જે ભારતીય ફિલ્મ ઉદ્યોગ માટેની ડિજિટલ સ્પેસ ક્ષેત્રમાં માર્કેટ લીડર હતી.

એનો હોદ્દો હતો હેડ-ક્રિયેટિવ કન્ટેન્ટ. શ્વેતાનો હિંદી ફિલ્મોમાં રસ અને ફિલ્મ ઉદ્યોગની જાણકારી (જે હકીકતમાં રોહનના બોલિવૂડના ગાંડા શોખને આભારી હતી) અને યુવા છતાં હેડ તરીકેની પરિપક્વ વિચારસરણીને પગલે તેની આ હોદ્દા માટે પસંદગી કરાઈ હતી.

એ હવે કેશ ફ્લો સ્ટેટમેન્ટમાં આવકની કોલમમાં ઉમેરો કરવા લાગી.

એને જૉબ પર લાગ્યાને છ મહિના થઈ ગયા અને એણે નોકરીમાં સ્થિરતા પ્રાપ્ત કરી લીધી હતી.

એના માટે શુભ સમાચારો હજી આવવામાં હતા. એ શુક્રવારની સવાર હતી અને ઉપરાઉપરી ડૉરબેલ વાગવા લાગી.

શ્વેતા સ્વાભાવિક રીતે જ ચિડાઈ ગઈ અને બૂમ મારી કહ્યું, "ક્યા ભૈયા સુબહ... સુબહ... દૂધ હી તો લાયે હો... કોઈ દસ લાખ કા ચેક તો નહી લાયે હો!!" અને ગુસ્સામાં બારણું ખોલ્યું.

દ્વાર ખૂલ્યું કે "હા શ્વેતા મૅડમ... યહ આપ કા ભૈયા દૂધ નહીં લાયા હૈ.... લેકિન સહી મેં ૧૦ લાખ રૂપયોં કા ચેક લાયા હૈ."

સામે જય અને ટીના હતાં.

"ઓહ... માય ગૉડ... ઓહ માય ગૉડ, હું માની નથી શકતી," કહી શ્વેતા જય અને ટીનાને ભેટી પડી.

અશ્રુ વહ્યાં, આ ઓચિંતી મુલાકાતે દબાયેલી લાગણીઓના બંધ તોડી નાખ્યા.

આ પુનર્મિલન માની ન શકાય એવું અદ્ભુત હતું.

જય અને ટીના નાસ્તો કરવા બેઠાં, જયે એક કવર એની બેગમાંથી કાઢ્યું અને શ્વેતાને આપ્યું. "દેખો દૂધ વાલા ભૈયા તુમ્હારે લિયે ક્યા લેકર આયા હૈ."

શ્વેતાએ કવર ખોલ્યું, "આ શું છે જય? ૧,૨૦,૦૦૦ દિરહામનો ચેક!! આ ક્યાંથી આવ્યો?"

"યાદ હૈ, હમારે હીરો કા સિંગલ બૅન્ક ઍકાઉન્ટ જિસ મેં હમારી હીરોઈન કા નામ હી નહીં થા? દુબઈ કોર્ટની મહેરબાની..... એમણે રકમ છૂટી કરી દીધી..." જયે હસતા ચહેરે કહ્યું.

"જય, તુસ્સી ગ્રેટ હો.... તું અમારા પર કેટલા ઉપકાર કરીશ," શ્વેતાએ ગળગળા સાદે કહ્યું.

જયે સમજાવ્યું કે આ રકમ પ્રાપ્ત કરવાનું બહુ મુશ્કેલ હતું, કારણ કે સેકન્ડ હોલ્ડર કે નૉમિનેશન ન હોવાથી તેમ જ વિલના અભાવે આ ખાતા સુધી પહોંચવાનું મુશ્કેલ હતું.

નાણાકીય વિધિઓ, કાનૂની વિધિઓ અને અદાલતી જરૂરિયાતો પૂરી કરવામાં બહુ સમય લાગી ગયો. જય અંતે તેને આપવામાં આવેલા પાવર ઓફ ઍટર્ની દ્વારા ખાતામાંથી શ્વેતાની તરફેણમાં રકમ ઉપાડવામાં સફળ થયો.

આ 'અનપેક્ષિત' બોનસને પગલે શ્વેતાની નેટવર્થમાં ૧૪ લાખ રૂપિયા વધી ગયા. આ રકમ શ્વેતાની નાણાકીય પ્રોફાઈલ માટે બૂસ્ટર ડૉઝ જેવી બની ગઈ જેથી તેનો વિશ્વાસ પણ ઘણો વધી ગયો.

આ રકમ મળ્યા બાદ અંતે નેટવર્થમાં માત્ર એ જ રકમ માંડી વાળવાની હતી જે દુબઈની રિયલ એસ્ટેટમાં રોકાયેલી હતી.

જય, ટીના અને શ્વેતાના બીજા બે દિવસ દુબઈમાંના તેમના સુખના દિવસોને યાદ કરવામાં ગયાં. શ્વેતાએ પછી તેમને લેહના એ વાસ્તવિક પ્રવાસની વાત કરી, જેણે એને ગમગીનીમાંથી બહાર કાઢી

અને વિચારોની સ્પષ્ટતા સાથે આગળનો માર્ગ ચીંધ્યો.

જય પણ શ્વેતાના અનુભવથી રોમાંચિત થઈ ઊઠ્યો અને કહ્યું કે એ પણ આ અદ્‌ભુત વિચારપ્રક્રિયામાંથી કેટલીક બાબતોને અનુસરવાનો પ્રયત્ન કરશે.

જય અને ટીના શ્વેતાને પગભર કરવામાં પોતાનાથી થાય એટલી મદદ કર્યાનો સંતોષ અનુભવતાં દુબઈ જવા રવાના થયાં.

રોહન અને શ્વેતાના સાચા મિત્રો તરીકેનો ધર્મ એમણે નિભાવ્યો.

એ પછી શ્વેતા અને પ્રીતિ ટૂંકા ગાળાના અને લાંબા ગાળાના લક્ષ્યાંકો સાથેનો યોગ્ય ફાઇનાન્શિયલ પ્લાન તૈયાર કરવા મળ્યાં.

લાંબા ગાળાનાં બે નાણાકીય લક્ષ્યો શ્વેતાએ નોંધ્યાં. એમાં એક હતું ખુશીના ઉચ્ચ શિક્ષણનું, જે હજી ૧૦-૧૨ વર્ષ દૂર હતું. બીજું લક્ષ્ય ૧૫-૨૦ વર્ષમાં પોતાના માટે વધુમાં વધુ સંપત્તિ સર્જવાનું હતું. એમણે નક્કી કર્યું કે મોટા ભાગનું મૂડીરોકાણ ઈક્વિટી આધારિત મ્યુચ્યુઅલ ફંડ્સમાં કરવું.

હવે શ્વેતાએ કમાણી શરૂ કરી હતી અને નોંધપાત્ર નેટવર્થ ધરાવતી હતી એટલે એણે પોતાના માટે પર્યાપ્ત ઇન્સ્યોરન્સ કવર પ્રાપ્ત કરવાનું નક્કી કર્યું, જેમાં નૉમિની તરીકે ખુશીને અને ગાર્ડિયન તરીકે જયને રાખ્યો.

બન્ને માટે પર્યાપ્ત આરોગ્ય વીમો પણ લેવામાં આવ્યો, જેથી હૉસ્પિટલાઈઝેશનના કિસ્સામાં ખર્ચને પહોંચી વળી શકાય.

મ્યુચ્યુઅલ ફંડ્સ શ્વેતાના ઈક્વિટી અને ડેટ માર્કેટમાંના રોકાણનાં સાધનો બની રહેવાનાં હતાં, કારણકે તેમાં એનાં નાણાં ફાઇનાન્શિયલ પ્રૉફેશનલ્સ દ્વારા શ્વેતાની જોખમ લેવાની ત્રેવડ અનુસાર મૅનેજ થઈ શકે એમ હતું.

શ્વેતાએ મ્યુચ્યુઅલ ફંડ્સના સિસ્ટેમેટિક ઈન્વેસ્ટમેન્ટ પ્લાન્સ દ્વારા નિયમિત રોકાણ કરવાની આદત

કેળવી.

અંતે સૌથી મહત્ત્વની વાત. શ્વેતાએ એનું વિલ બનાવ્યું જે એના વર્તમાન પૉર્ટફોલિયોની નૉમિનેશન પૅટર્નને સુસંગત હતું. વિલ અને નૉમિનેશન વચ્ચે કોઈ પણ ગૂંચવણને અવકાશ ન રહે એ માટે આમ કરવામાં આવ્યું.

આ યોગ્ય ફાઈનાન્શિયલ માપદંડો અને યોગ્ય દિશામાં જઈ રહેલી પરિસ્થિતિને પગલે શ્વેતા અને ખુશીની દુનિયા વધુ ખુશહાલ બની હોય એમ લાગતું હતું.

ફિલ્મ
યોર્સ ફાઈનાન્શિયલી
આઈપીએલ

ઇન્ટ્રોસ્પેક્શન પ્રીમિયર લીગ

એ મે મહિનો હતો અને દેશભરમાં ક્રિકેટનો ફીવર ચરમસીમાએ હતો.

શ્વેતાની કંપનીની વેબસાઈટનું કામકાજ આપણા દેશના સમાંતર ધર્મ (ક્રિકેટ)ને કારણે સુસ્ત હતું. સપ્તાહના છેલ્લા દિવસે આઈપીએલની ફાઈનલ હતી અને તેની ઉત્તેજના પરાકાષ્ઠાએ હતી.

શ્વેતા માટે આઈપીએલની ફાઈનલ એ બહુ ઉત્તેજક ઘટના નહોતી, એના માટે તો તે અમંગળ હતી, કારણ કે એણે એક વર્ષ પૂર્વે આઈપીએલની ફાઈનલના બીજા જ દિવસે જીવનસાથી ગુમાવ્યો હતો. તેના ડેડ ક્રિકેટના જબરા ફેન હતા, જેઓ આઈપીએલની એક પણ મૅચ ચૂકતા નહોતા અને ફાઈનલ જોવા માટે ટાંપીને બેઠા હતા. દેખીતી રીતે જ શ્વેતા પોતે પણ ક્રિકેટની ફેન હોવા છતાં મૅચ જોવા ઉત્સુક નહોતી. એ ક્રિકેટની બધી બારીકીઓથી વાકેફ હતી.

મૅચ ચાલુ થઈ ત્યારે હૉલમાં પ્રેક્ષક તરીકે માત્ર પિતા એકલા જ હતા. એમણે શ્વેતાને બૂમ મારી, “બેટા આવ, આપણે સાથે મૅચ જોઈએ, એકલા એકલા બોરિંગ લાગે છે.”

શ્વેતા પોતાને રોકી ન શકી અને ઈચ્છા ન હોવા છતાં તે પિતા સાથે ફાઈનલ મૅચ જોવામાં સામેલ થઈ.

મૅચ ભારે રસાકસીવાળી રહી. હાર અને જીતની સંભાવના બન્ને ટીમો વચ્ચે આટાપાટા રમતી રહી. મૅચ ચાલુ થઈ અને જે સાઈડે બૅટિંગ લીધી એ ટીમના ઓપનરે પહેલેથી જ ખભા ઊંચકયા અને લાગતું હતું કે તે ઝડપથી સ્કોર કરવા આતુર હતો. તેનું એ વલણ યોગ્ય હતું પરંતુ તેની પાસે એમ કરવાની ટેક્નિક નહોતી. એ નસીબના જોરે જોખમી શોટ્સ મારવા લાગ્યો અને પ્રારંભિક ઑવરોમાં ઝડપથી થોડાક રન કર્યા.

દરમિયાન, એનો પાર્ટનર બીજા છેડેથી એને સંતોષથી જોવા લાગ્યો અને એના ઉત્સાહને ઠંડો ન પાડવાનું નક્કી કર્યું.

અપેક્ષા મુજબ જ નસીબનો સાથ છૂટી ગયો અને આડેધડ ફટકા મારતો પાર્ટનર આઉટ થઈ ગયો. આની વિદાય સાથે ધબડકાની શરૂઆત થઈ બૅટિંગ ટીમે હથિયાર હેઠાં મૂકી દીધાં. એક આકર્ષક આરંભ ધોવાઈ ગયો અને સામે છેડે રહેલા બૅટ્સમૅને પોતાને દોષ દેવા માંડ્યો કે જો ઑપનિંગ પાર્ટનરને થોડો ઠંડો રહેવાની અને પછી આક્રમણ કરવાની સલાહ આપી હોત તો ટીમની સ્થિતિ કોઈ અલગ હોત. ઠીક છે, ઈનિંગ પૂરી થઈ અને તેમના મધ્યમ સ્કોરથી જ લડત આપવાની હતી.

૧૦ મિનિટના બ્રેકમાં શ્વેતાની મમ્મીએ ફ્રેન્ચ ફ્રાઈઝ સાથે ચીઝ-ચટની સૅન્ડવિચ ડિનર માટે તૈયાર કરી રાખી હતી અને ઝટપટ નાસ્તા માટે તેને હૉલમાં લઈ આવી.

ખુશી પણ તેના સ્વિમિંગ ક્લાસમાંથી પાછી ફરીને સાથે જોડાઈ. માના હાથે બનાવેલા જંક ફૂડને ઝડપટ ઝાપટીને ચારેય જણ સામેવાળી ટીમ કેવો જવાબ આપે છે એ જોવા ટીવી સામે ગોઠવાઈ ગયાં.

સવાલ એ હતો કે પહેલી બૅટિંગ કરનારી ટીમે આપેલા મધ્યમ સ્કોરના લક્ષ્યાંકને આ ટીમ હાંસલ કરી શકશે કે નહીં?

પહેલી ઈનિંગ અને હવેની ઈનિંગ એ બન્નેના પ્રારંભમાં કેટલીક સમાનતા હતી.

એક બૅટ્સમેને બહુ આક્રમક શરૂઆત કરી, પરંતુ તે એવો કમનસીબ રહ્યો કે અમ્પાયરના ખોટા નિર્ણયનો ભોગ બન્યો એટલે વધારે રન કર્યા વિના કસમયે આઉટ થયો. એના પછી આવેલા બે બૅટ્સમેન પણ જલદીથી આઉટ થઈ ગયા અને પ્રથમ પાંચ ઑવર બાદ મિની કટોકટી સર્જાઈ ગઈ. બીજા છેડે આ ફિયાસ્કો જોઈ ટકી રહેલા ઑપનિંગ બૅટ્સમેને મગજ શાંત રાખ્યું અને સમજી ગયો કે એણે કૂદાકૂદ કરવાને બદલે ટકી રહેવાની આવશ્યકતા છે.

જેવો નવો બૅટ્સમેન આવ્યો કે એ પીચ તરફ ગયો અને નવા બેટ્સમેન સાથે વાત કરી. એણે તેને કહ્યું કે જો આપણે શાંતિથી પાયાના નિયમોને વળગી રહી ભાગીદારી કરીએ તો સ્કૉર બોર્ડ ફરતું રહેશે અને લક્ષ્યાંક આસાનીથી હાંસલ કરી શકાશે. બન્ને બૅટ્સમૅને એકગ્રતા જાળવી રાખી અને એકબીજાને પ્રોત્સાહિત કરતા રહ્યા. ઑવર ચેન્જ થાય ત્યારે અને પ્રત્યેક ઑવર વચ્ચે બન્ને વાત કરતા હતા. રન મંદ ગતિએ પરંતુ થતા જરૂર હતા અને દબાણ હળવું થયું હતું.

હવે લક્ષ્યાંક પાર કરી શકાય એવો હતો. એમની ભાગીદારી હવે મજબૂત થઈ ગઈ હતી અને બન્ને બૅટ્સમૅન હવે ચોક્કા અને છગ્ગા મારી રહ્યા હતા. અંતે એ બન્નેએ પોતાની ટીમને વિજય અપાવ્યો. વાહ, શું મૅચ હતી! શ્વેતા તેમાં સંપૂર્ણપણે ડૂબી ગઈ હતી.

રાત્રે બાર કરતાં પણ વધારે સમય થઈ ગયો હતો, પરંતુ શ્વેતા બેચેન હોવાથી સૂઈ શકી નહીં.

એને પૂર્વાનુભૂતિ થઈ આવી પરંતુ એ તેને ભૂતકાળની ચોક્કસ ઘટના સાથે સાંકળી શકી નહીં.

એણે આંખ મીંચી કે તરત જ વિચારોની એક આખી શૃંખલા તેના મનમાંથી પસાર થઈ ગઈ.

મૅચ દરમિયાન જે ઘટનાઓ બની તે હકીકતમાં તો તેના જીવનની અને પછી સુમિત અને બિંદિયાના જીવનમાં બનેલા ઘટનાક્રમ જેવી લાગતી હતી.

એને નસીબ કહો કે યોગાનુયોગ, સુમિત અને બિંદિયાને મળ્યા બાદ, અને આજે મૅચ જોતી વખતે એણે જે જાગૃતિ અનુભવી હતી તે શ્વેતા માટે એ વખતે થયેલા સત્યદર્શનની બીજી ઘડી હતી.

એ જાણતી હતી કે ઈશ્વરે એને પોતાની જિંદગી પર પુનઃ અંકુશ પ્રાપ્ત કરવા માટે બે અલગ રૂપે બે

તક પૂરી પાડી છે.

શ્વેતાએ ઘડિયાળમાં જોયું અને તારીખ પર નજર પડી. બરાબર આજના જ કમનસીબ દિવસે એક વર્ષ પૂર્વે એનો જાન એને કાયમ માટે એકલી છોડી ગયો હતો.

એ રોજ રોહન સાથે એક વાર આ રીતે મનોમન વાત કરતી.

છેલ્લા એક વર્ષથી શ્વેતા વિવિધ લાગણીઓના પૂરમાં અટવાયેલી રહી. લાગણીઓના એ બોજથી હૈયું ભારે થઈ ગયું એટલે તેને રોહન સમક્ષ ઠાલવવાની તેને અદમ્ય ઈચ્છા થઈ આવી.

લાગણીઓની એ યાદી તો લાંબી હતી, પરંતુ તે રોહનને જણાવવી આવશ્યક હતી.

દુબઈમાં વિતાવેલા દુઃખદ સમયથી લઈને લેહમાં પ્રાપ્ત કરેલી પ્રેરણાત્મક શીખ અને આઈપીએલની મૅચમાં જોવા મળેલા પોતાના જીવનની ઘટનાઓના પ્રતિબિંબની વાત કરવાની હતી.

આ બધી ઘટનાઓ એટલી બધી પ્રસ્તુત અને તેમના જીવન સાથે સામ્ય ધરાવતી હતી કે એ હવે આવશ્યક હતું કે તે રોહનને જીવનની કડવી, પરંતુ સત્ય હકીકતો અને ફાઈનાન્સની જાગૃતતાની જાણ કરે.

વધુ રાહ જોઈ શકવાને અસમર્થ શ્વેતાએ એક પણ મિનિટ ગુમાવ્યા વિના લખવા માટેનું પૅડ હાથમાં લીધું અને પત્ર દ્વારા રોહન સાથે વાર્તાલાપ (ભલે એકપક્ષી હોય) કરવા લાગી.

ફિલ્મ
યોર્સ ફાઈનાન્શિયલી
ચિઠ્ઠી આયી હૈ

ડિયર રોહન,

આ તે શું કરી નાખ્યું!

એ દિવસે આટલી વહેલી સવારે મને ઉઠાડ્યા વિના ઉતાવળમાં તું ઘર કેમ છોડી ગયો અને એથીય ખરાબ તો એ કે તારી બ્લડ પ્રેશરની દવા લેવાનું ભૂલી જવાની મૂર્ખાઈ તેં કરી.

બાદમાં હૉસ્પિટલમાં મેં તારી પ્રિય ફિલ્મના ડાયલોગ દ્વારા તને ઉત્સાહિત કરવાનો પ્રયત્ન કર્યો એનો તે જરાય પ્રતિસાદ ન આપ્યો... તું તો માત્ર શૂન્ય નજરે મને એક પણ શબ્દ બોલ્યા વિના તાકતો રહ્યો.

ખુશી સાથે મારી સ્થિતિ બહુ મુશ્કેલ બની ગઈ અને તે પણ વિદેશની ધરતી પર અને વિદેશી કાયદા સાથે. અમારી પાસે કોઈ નહોતું, પરંતુ આભાર જય અને ટીનાનો કે તેઓ એ બધો સમય અમારી સાથે રહ્યાં.

"આજે, તું મને છોડી ગયાને એક વર્ષ થયું છે.....તે આટલો ઈમોશનલ અત્યાચાર કર્યો અને એ પણ તારી શ્વેતા સાથે......."!

પણ આજે રોહન મારે સહન કરવા પડેલા ઈમોશનલ અત્યાચાર માટે મારે કંઈ કહેવું નથી. એ આપણા નસીબનો હિસ્સો હતો અને તે આપણા હાથની વાત નહોતી.

મને એનો કોઈ જરાય રંજ નથી જે રીતે આપણે ટૂંકી પણ પ્રેમાળ રોમેન્ટિક જીવન જીવ્યાં, પરંતુ એ પછી........

જીવનનાં અન્ય મહત્ત્વનાં પાસાં છે, જેને મેં પાછળથી શોધ્યાં, જેને આપણે વ્યક્તિગત કે કપલ તરીકે સંયુક્તપણે વધુ સારી રીતે સંભાળી શક્યાં હોત.

એટલે હવે મને લાગે છે કે તારી સાથે વાત કરવી આવશ્યક છે અને એમાંની થોડી એવી વાતો કહેવી જરૂરી છે જે આપણે સાથે હતાં ત્યારે કદાચ મારે તને કહેવી જોઈતી હતી. હકીકતમાં કેટલીક વાર મારે હકારાત્મક દરમિયાનગીરી કરવી જોઈતી હતી.

કોણ જાણે, આપણી આજની સ્થિતિ કેવી હોત!

હું જાણું છું કે આપણે સમયમાં પાછળ ન જઈ શકીએ અને આપણા ભૂતકાળને ભૂંસી ન શકીએ, પરંતુ તારા ભાગીદાર તરીકે મને લાગે છે કે છેલ્લા એક વર્ષમાં મને "સાચું જ્ઞાન કરાવતા જે અનુભવો" થયા છે એ તને જણાવવાની મારી ફરજ છે.

આ અનુભવો અને શીખે મારા જીવનનો પાયો તૈયાર કર્યો. એ પાયા થકી જ ઉચ્ચ જાગૃતિ, પર્યાપ્ત સંસાધનો, નિશ્ચિત હેતુ અને, સૌથી મહત્ત્વનું તો એ કે, સાચા સુખની પ્રાપ્તિ થઈ.

આ શીખ એવા પ્રેરણાત્મક લોકોમાંથી લીધી છે, જેમનાં આદર્શ જીવન આપણા માટે કેસ સ્ટડીઝ છે. એમની સત્ય જીવનકથાઓ એવી છે કે જેના પરથી આપણા જેવા સર્વસામાન્ય લોકો પ્રેરણા પ્રાપ્ત કરી શકે છે.

યોર્સ ફાઈનાન્શિયલી...

આ ફરિયાદપત્ર નથી. હું આ પત્ર દ્વારા તને જે જણાવવાની છું એ મારા વિચારો વિશે મહેરબાની કરીને ગેરસમજ ન કરીશ. મને ખાતરી છે કે તું ગેરસમજ નહીં કરે.

ક્યાંથી શરૂઆત કરું......... આપણી ભૂલોથી, ખામીઓથી, લાપરવાહીથી, કલ્પના કે ખોટી માન્યતાઓથી?

કે પછી મેં નાણાં અને જીવનનાં ઘણાં પાસાં અંગે પ્રાપ્ત કરેલા જ્ઞાન અને શીખથી શરૂઆત કરું? ચાલ પ્રારંભ કરું, જો તું મને મારા મન (કે મગજ)ની સ્કૅન કરેલી કૉપી મોકલવાનું કહે તો અત્યારે તેના ૯૦ ટકા હિસ્સામાં 'સુમિત અને બિંદિયા'નાં નામ કોતરેલાં તને દેખાશે.

મારે લેહમાં આ અનોખા કપલને મળવાનું થયું તેને તું કર્મ કે નસીબની બલિહારી કહી શકે. એ આખીય પ્રક્રિયા એકદમ મોહક હતી, ખુશીએ જ્યારથી મને ફિલ્મ 'થ્રી ઈડિયટ્સ'માં લેહ બતાવ્યું ત્યારથી જાણે બ્રહ્માંડનાં બધાં પરિબળો હું તેમના ઘરે ભાડૂઆત તરીકે રહું એ માટે સાનુકૂળ થવા લાગ્યાં હતાં.

રોહન, તેમની જીવનકથા અને એમણે જે પરિસ્થિતિનો સામનો કર્યો એમાં ઘણે અંશે આપણી સ્થિતિનો પડઘો પડે છે.

તેમની દુનિયા પણ આપણા જેવી જ છે. મુંબઈમાં સામાન્ય ટીનેજરની જેમ તેમનો ઉછેર થયો (મને લાગે છે કે તેઓ આપણાથી ૮-૧૦ વર્ષ મોટાં હશે). તેમના કુટુંબીઓ પ્રેમાળ છે, જેઓ ગમે તેવા સંજોગોમાં પડખે ઊભા રહે છે. આપણી જેમ તેમને પણ બોલિવૂડની ફિલ્મો ગમે છે. તેઓ પણ સારા ભાવિ માટે વિદેશ ગયાં, પરંતુ ભિન્ન વિચારધારા સાથે પરત ફર્યાં.

તેમના જીવનમાં જે બનાવ બન્યા તે પણ આપણા જેવા જ હતા પરંતુ તેનો ક્રમ જુદો હતો.

આપણા કિસ્સામાં પ્રારંભમાં આપણું જીવન અને આર્થિક સ્થિતિ બહુ સારાં હતાં અને પછી તું સીન છોડી ગયો ત્યાર બાદ મારી જિંદગી અને નાણાકીય સ્થિતિ કથળી (ક્યા યાર રોહન, ક્યું ચલે ગયે? "હાર કર જીતનેવાલોં કો બાજીગર કહેતે હૈં" અને એવી બધી ડાયલોગબાજી કરીને).

તેમના કિસ્સામાં તેમનાં લગ્ન બાદ તત્કાળ તેમને અત્યંત ખરાબ આર્થિક સ્થિતિનો સામનો કરવો પડ્યો, જેમાં એમણે તેમના નવા જન્મેલા પુત્રને ગુમાવવો પડ્યો. એ અત્યંત ખરાબ સમયગાળા બાદ તેમનો આબાદીનો તબક્કો શરૂ થયો.

આપણી સ્થિતિ અને તબક્કા સમાન હતાં પરંતુ એમની અને આપણી વચ્ચે માત્ર ફરક તે પરિસ્થિતિ પ્રતિ તેમનો પ્રતિભાવ અને તેના સામના માટે લેવાયેલાં પગલાંનો હતો.

સુમિત મધ્યમ વર્ગીય કુટુંબમાં ઉછર્યો હતો, જેની પાસે મર્યાદિત સંસાધનો હતાં પરંતુ અદ્ભુત નાણાકીય જ્ઞાન હતું.

તેના પિતા 'નાણાકીય સાધુ'નું ક્લાસિક ઉદાહરણ હતા, જેઓ પોતે બહુ કમાઈ ન શક્યા પરંતુ તેમના શબ્દો અને કાર્યો નાણાકીય દૃષ્ટિએ અત્યંત બુદ્ધિગમ્ય હતાં.

તેઓ માનતા કે નાણાકીય આયોજન અને વ્યવસ્થાપન એટલે જાગૃતિ, નૈતિક મૂલ્યો અને શિસ્ત. તેઓ નાણાકીય બાબતોને સરળ રાખવાના મતના હતા.

પિતાના ગુણોની સુમિત પર ઊંડી અસર હતી અને આખી જિંદગી તેના પર રહી.

અને તેની દાદી તો જાણે કે સુપર વુમન. શું તું માની શકે કે ૮૦ વર્ષની એ મહિલા પોતાના શૅરોના ભાવ રોજ અખબારમાં ચેક કરતી હતી. એ કોઈ જુદી જ માટીની હતી.

સુમિતની નાણાકીય તાલીમનાં મૂળ ઊંડાં હતાં તેમ છતાં એ પણ મનુષ્ય હતો એટલે વિષયના યોગ્ય જ્ઞાન વિના ઝડપથી નાણાં કમાવાની લાલચને વશ થયો.

એણે ભૂલ કરી અને તેની મોટી કિંમત ચૂકવી. એણે માત્ર નાણાં જ નહીં, નવા જન્મેલા નિર્દોષ પુત્રને પણ ગુમાવ્યો.

એ સમયે બિંદિયા કે જેણે માતૃત્વ પ્રાપ્ત કર્યું અને તત્કાળ ગુમાવ્યું પણ હતું એણે બહાદુરીથી બાજી સંભાળી લીધી.

બહારથી શોક ન દેખાડીએ અને જીવનમાં આગળ વધવાનું સાહસ દેખાડીએ એથી ગુમાવેલી વ્યક્તિ માટેનો શોક અંદરથી કંઈ ઓછો થઈ જતો નથી.

એ માત્ર એ દર્શાવે છે કે 'શો મસ્ટ ગો ઑન'.

શોકગ્રસ્ત રહીને પરિસ્થિતિ કાબૂ બહાર જવા દેવાને બદલે તે શોકગ્રસ્ત સુમિત પાસે ગઈ અને તેને બેઠો કર્યો.

અતિ કપરા સંજોગોમાં બિંદિયાએ સુમિત સાથે જે સંવાદ સાધ્યો એણે તેમને પ્રબળ શક્તિ આપી અને તેમની વચ્ચેના સંબંધે એક અલગ પરિમાણ ધારણ કર્યું.

તેમના જીવનમાં તેઓ કોઈ નિર્ણય એકલપંડે લેતાં નહોતાં. તેઓ પ્રત્યેક મોટો નિર્ણય પછી તે નાણાકીય હોય કે અન્ય, ચર્ચા કર્યા પછી જ લેતાં.

તેમના સંબંધમાં ચર્ચા અને પારદર્શકતા સજ્જડ વણાઈ ગયાં હતાં.

મોટી ભૂલ તો મેં કરી. આપણા કૉલેજના દિવસોથી લઈને દુબઈમાં ગાળેલા દિવસો સુધી તારા વિચારો અને કાર્યો વિશે મારા અભિપ્રાયને વ્યક્ત ન કરીને હું ખરેખર મારી ફરજ ચૂકી.

હું તને બહુ પ્રેમ કરતી હતી એટલે મને એવો ખોટો ડર હતો કે એમ કરવાથી તને ખોટું લાગી જશે. હવે મને સમજાયું છે કે સારા હેતુ માટેના તંદુરસ્ત મતભેદો અને ચર્ચાથી સાચા પ્રેમને આંચ આવતી નથી.

બીજું, હું નવા પ્રાપ્ત થયેલા માતૃત્વમાં ભાન ભૂલી ગઈ હતી, જે યોગાનુયોગે દુબઈમાંના આપણા સુવર્ણકાળ દરમિયાન આવ્યું હતું. એના કારણે હું મારા વિચારો વ્યક્ત ન કરી શકી.
પરસ્પર સંવાદની આ ખોટ આપણને ભારે પડી.

તે તારા મૂડીરોકાણના નિર્ણયોના સ્વરૂપની જાણ ન કરીને મોટી ભૂલ કરી. કેટલીક ઍસેટ્સ કે પ્રૉડક્ટમાં મોટા ભાગનું તેં કરેલું રોકાણ માત્ર તારી ધારણા કે માન્યતા આધારિત હતું.

એ બધા મૂડીરોકાણ નિર્ણયો ખોટા પુરવાર થયા, કારણ કે એ યોગ્ય જ્ઞાન કે હકીકત આધારિત નહીં, પણ હવાઈ કિલ્લા આધારિત હતા.

સુમિત અને બિંદિયા બહુ જલદી સમજી ગયાં કે નાણાં કે પછી કોઈ પણ બાબતમાં નફો આસાનીથી મળતાં નથી; અને જો મળતાં હોય તો ત્યાં જરૂર કંઈ ગરબડ હશે એમ માનવું.

એમણે મુંબઈમાં હતાં ત્યારે શૅરબજારમાં ટ્રેડિંગ/સટ્ટો કરીને હાથ દઝાડ્યા અને નક્કી કર્યું કે જ્યારે લાંબા ગાળા માટે યુએસએમાં મૂડીરોકાણ કરવું હશે ત્યારે તેઓ મ્યુચ્યુઅલ ફંડ મારફત રોકાણ કરશે.

સુમિતને અમેરિકામાં હૉમ લૉન માટેની પ્રક્રિયા વધુ પડતી સરળ હોવાથી અજુગતી લાગી અને ત્યાં રિયલ એસ્ટેટ ખરીદવાથી દૂર રહ્યો અને ભાડાના ઘરમાં રહ્યો.

એ જ પ્રમાણે જ્યારે અમેરિકાનું શૅરબજાર આડેધડ વધી રહ્યું હતું અને મોટા ભાગના રોકાણકારો લાલચુ બની ગયા હતા ત્યારે તેજીનો પરપોટો ફૂટે એ પૂર્વે એમણે આત્માના અવાજને અનુસરીને બજારમાંથી નીકળી જવાનું નક્કી કર્યું અને તેમ કર્યું પણ ખરું.

હું એમના વિશે જ સતત લખ્યે જાઉં છું એ માટે સૉરી (પ્લીઝ ખરાબ ન લગાડ), અન્ય બે વાત પણ હું તેમની પાસેથી શીખી. એક, રોકડના પ્રવાહનું સતત નિયમન કરવું અને બે, લાંબા ગાળા માટે રોકાણ કરતી વખતે 'બોરિંગ ઇન્વેસ્ટર' બની રહેવું.

તમે ભારતમાં હો, દુબઈમાં હો કે પછી અમેરિકામાં હો, આવકને ધ્યાનમાં રાખીને ખર્ચ પર કાબૂ રાખવો જરૂરી છે. જો તમે બિલ સમયસર ભરતા હો (કેટલાક લોકોની જેમ માત્ર 'મિનિમમ બૅલેન્સ' જ નહીં ચૂકવતા હો) તો ક્રેડિટ કાર્ડથી ખરીદી કરવામાં કશું ખોટું નથી.

ઈક્વિટીમાં મૂડીરોકાણ કરવું એ તમારા પોતાના વેપારમાં રોકાણ કરવા સમાન છે. લાંબા ગાળે તેમાં નાણાં રળવા ધીરજ અને જ્ઞાનની જરૂર રહે છે. તમારી પાસે બહુ બધી ધીરજ હોઈ શકે છે, પરંતુ જ્ઞાન ન હોય એ શક્ય છે. એવા કિસ્સામાં તમારે કૌશલ અને જ્ઞાન ધરાવતા લોકો પર વિશ્વાસ મૂકવાનો રહે અને ઈક્વિટીઝમાં લાંબા ગાળાનું મૂડીરોકાણ મ્યુચ્યુઅલ ફંડ મારફત કરવાનું રહે.

સુમિત અને બિંદિયા માટે 'વિસરી જવાયેલા આઇપીઓના રોકાણ'ની બાબતે તથા અમેરિકામાં આ વલણ કારગત નીવડ્યું; અને મારા માટે ભારતમાં.

અરે હા, તું સારી એવી રકમ સાથે એક 'ગુપ્ત' ખાતું રાખતો હતો અને મને તેની જાણ ન થાય એવા તારા નિર્ણયને હું કઈ રીતે ભૂલી શકું. એમાં વળી તે એ ખાતામાં નૉમિની તરીકે મારું નામ ન રાખીને એક ટેક્નિકલ ભૂલ કરી (તદ્દન બેવકૂફ! સૉરી, તું અત્યારે નથી તેમ છતાં તને મૂરખ કહ્યા વિના રહી શકતી નથી).

જો કે, હદ તો ત્યારે થઈ કે જ્યારે જયના કહેવા છતાં તે 'વિલ' બનાવવાની ના પાડી.
અરે, સુમિતના પિતા કે જેમના નામે ઢગલાબંધ મિલકતો નહોતી, છતાં તેઓ 'મારી મરજી' નામે એક દસ્તાવેજ લખીને ડ્રૉઅરમાં રાખીને ગયેલા.

વિલના અભાવે તેં મારા અને ખુશી માટે રાખેલાં નાણાં મેળવવામાં મને બહુ તકલીફ પડી.

છોડ, તું હવે નિરાંતનો શ્વાસ લઈ શકે છે, કારણ કે મારે આજે તારી જેટલી 'ધુલાઈ' કરવી હતી તે કરી લીધી છે.

સૉરી, તને ખોટું લાગ્યું હોય તો.

હું ઈરાદાપૂર્વક એ ન કરત, પરંતુ એ તને જણાવવું જરૂરી છે. મને આપણાં લગ્ન થયાં ત્યારની સપ્તપદી યાદ છે, જેમાં આપણે સુખ અને દુ:ખ વહેંચવાનું, સાચા મિત્ર બની રહેવાનું, એકબીજાને માન આપવાનું અને પ્રેમ કરવાનું (માત્ર આ જન્મ માટે નહીં, પરંતુ સાત જન્મ માટે) વચન આપ્યું હતું.

'લેહ'ના અનુભવમાં મને ઘણું જાણવાનું મળ્યું.

સદ્‌ગુણો વિશે મેં પુસ્તકોમાં વાંચેલું કે માતાપિતા પાસેથી સાંભળ્યું હતું.

આભાર વ્યક્ત કરવો આવો જ એક સદ્‌ગુણ છે, એની મને જાણ થઈ.

અમેરિકા છોડતાં પૂર્વે સુમિત ઘૂંટણિયે પડ્યો અને અમેરિકાની ધરતીને ચૂમ્યો. આ એક પગલું સચોટપણે કહી જાય છે કે સુમિત અને બિંદિયાના આબાદ જીવનમાં એ દેશે જે ભાગ ભજવ્યો છે એનો સ્વીકાર તેઓ કરે છે.

બીજું એક સ્વીકારી લીધેલું ઋણ વિષ્ણુનું હતું. વિષ્ણુ એ જ મિત્ર હતો જેણે સુમિતને તે જ્યારે આર્થિક રીતે બેહાલ હતો અને અમેરિકા જવામાં હતો ત્યારે અચાનક બેંગલુરુથી ફોન કરીને એક આઈટી કંપનીના આઈપીઓમાં માત્ર ૯૫૦૦ રૂપિયાનું રોકાણ કરવાની સલાહ ૧૯૯૩માં આપી હતી. તેઓ જ્યારે ૨૦૧૧માં ભારત પાછાં ફર્યાં ત્યારે તેમના માટે એ શૅરો સોનાની ખાણ બની ગયા હતા. બિંદિયાને ખ્યાલ હતો કે વિષ્ણુને બેંગલુરુમાં નોકરી અપાવવામાં તેના ડેડીએ સહાય કરેલી એ ઉપકારનો બદલો વાળવાના હેતુથી વિષ્ણુએ આ સલાહ આપી હતી. જીવનમાં "વાવીએ એ જ લણીએ" એ શાશ્વત નિયમ છે.

નાણાં કમાવાની રૅસમાં આપણા જેવા કરોડો લોકો છે, જેઓ નાણાં ભેગાં કરે છે અને સંપત્તિનું સર્જન કરે છે પરંતુ આપણામાંથી કેટલા લોકો આમ કરવા પાછળ નિશ્ચિત હેતુ ધરાવે છે?

મહત્ત્વનો સવાલ એ પુછાવો જોઈએ કે ખરેખર એમાં આપણે કેવો અને કેટલો આનંદ મેળવીએ છીએ?

લક્ષ્ય સુધી યાત્રા કરવી એ હેતુ હતો કે લક્ષ્ય હાંસલ કરવું એ હેતુ હતો? આપણામાંથી મોટા ભાગના એ જાણતા નથી હોતા કે લક્ષ્ય હાંસલ થઈ ચૂક્યું છે અને જતું પણ રહ્યું છે અને દોડ હજી ચાલુ છે.

આપણી જેમ સુમિત અને બિંદિયા પણ શરૂઆતમાં આ દોડમાં હેતુ વિના સામેલ હતાં. એક વાર એમણે હેતુ નક્કી કર્યો એ પછી એમણે બધું ધ્યાન અને સંસાધનો તેને હાંસલ કરવા પર કેન્દ્રિત કર્યાં અને લક્ષ્યપ્રાપ્તિનો આનંદ લીધો.

અને તેઓ કેવા ઉદાત્ત હેતુ માટે કામ કરી રહ્યાં હતાં. મારે એ વિશે બહુ કહેવું ન જોઈએ.

એમના લક્ષ્ય સંબંધિત એક ચીજ મને ગમી તે એ કે સમાજના વંચિત વર્ગની સેવા કરવા કે ગ્રામીણ વિસ્તારોમાં કામ કરવા માટે તમારે તમારી જીવનશૈલી અને વિચારધારા ત્યજીને ત્યાંના લોકો જેવા

બનવું જોઈએ એવી માન્યતાની તેઓ વિરુદ્ધ હતાં. તેમને ખબર હતી કે તેમની પાસે જે સંપત્તિ છે એ તેમના સખત પરિશ્રમ, નીતિ અને આયોજનનું પરિણામ છે અને એ સંપત્તિ દ્વારા જીવનનો આનંદ માણવાનો એમને હક્ક છે.

તેઓ માનતાં હતાં કે તેમની પોતાની નાણાકીય સુરક્ષા પ્રથમ આવશ્યકતા છે, જીવનશૈલીમાં થોડું સમાધાન કરી શકાય, પરંતુ તે પણ એક ચોક્કસ સ્તરે જળવાઈ રહેવી જોઈએ.

એક વાર તેઓ તેમના જીવનથી સંતુષ્ટ અને સુખી હોય તો અન્યોની સેવા કરી શકે અને તેમના ઉદ્દાત્ત હેતુ માટે કામ કરી શકે.

રોહન, તને લાગશે કે હું બહુ ઉપદેશ આપું છું, પરંતુ અન્ય એક મહત્ત્વની વાત કે જેનું તારે ધ્યાન રાખવું જોઈતું હતું અને આપણી સ્ટોરીનો અચાનક અંત લાવવામાં એ જ વાત મુખ્ય દોષી છે.

ચાલ, અનુમાન કર કે હું શું કહેવા માગું છું!

હું તારી તબિયતની વાત કરું છું.

આ એક એવું તત્ત્વ છે કે જે તમે કાળજી રાખો તો સંપત્તિસર્જનમાં સહાયક બની શકે છે. જ્યારે તમે નાણાભીડમાં હો ત્યારે તે તમને ટેકો પૂરો પાડે છે અને જ્યારે તમારે સંપત્તિ દ્વારા આનંદ લૂંટવાનો હોય ત્યારે તે શ્રેષ્ઠ સાથી બની રહે છે.

મેં કેટલું ઈચ્છ્યું હતું કે આપણા કપરા કાળ દરમિયાન તું તારી તબિયતનું ધ્યાન રાખે, પણ તું બેપરવા રહ્યો. અંતે માનસિક તાણે તારો ભોગ લીધો.

જીવન એક દોડ છે અને આપણે બધા સાતેય દિવસ અને ૨૪ કલાક નાણાં પાછળ દોડતાં રહીએ છીએ.

એ નાણાંનો લાંબા સમય સુધી પૂરો લાભ ઉઠાવી શકીએ એ માટે એ જરૂરી છે કે આપણે આપણું શરીર અને મન સ્વસ્થ રાખીએ. સુમિત અને બિંદિયા આ મંત્ર સારી રીતે જાણતાં હતાં અને રેસમાં

ટકી રહેવા કરવું પડે એ બધું એમણે કર્યું.

આ સમગ્ર અનુભવથી પ્રભાવિત થઈને મેં જાણ્યું કે આપણા જીવનની 'ભૌતિક' ઈચ્છાઓ પૂરી કરવા નાણાકીય દૃષ્ટિએ જાગ્રત અને સફળ બનવું પડશે. પરંતુ પૂર્ણ જીવનને પામવા માટે મારે બૌદ્ધિક અને આધ્યાત્મિક સફળતા માટે પણ કામ કરવું જોઈશે.

રોહન, ગઈ કાલે રાતની આઈપીએલ મૅચ....... તારે જે કહેવું હોય તે કહે (મારી પાસે એ વર્ણવવા માટે શબ્દો નથી), પરંતુ એ એવી રીતે રમાઈ હતી કે બધા ૨૨ ખેલાડીઓ જાણે મારા માટે જ રમી રહ્યા હતા અને તેમની ભૂમિકા નિશ્ચિત હતી. સંપૂર્ણ સેટિંગ માત્ર આપણા જીવનની ઘટનાઓની રજૂઆત હતું.

એ જે રીતે થયું.......એ કંઈક અંશે ડરામણું, છતાં સત્યનું પ્રતિબિંબ હતું.

એક વાર નહીં પણ હવે બે વાર મને આ બ્લૉકબસ્ટર ફિલ્મ બતાવવામાં આવી છે, પરંતુ કલાકારો અને સેટ્સ જુદા છે.

રોહન, સવારના લગભગ છ વાગ્યા છે અને નવા દિવસનો પ્રારંભ થવામાં છે.

મારા માટે આ લાંબી રાત હતી અને હવે તારા વિના મારે લાંબાં વર્ષો વિતાવવાનાં છે. પરંતુ આ સવારે હું તારી સમક્ષ હૈયું ઠાલવી દીધા બાદ જાણે અલગ વ્યક્તિ બની ગઈ છું.

મારી સફર લાંબી છે, પરંતુ મને ખાતરી છે કે હું એ પૂરી કરી શકીશ.

હું તારા શાશ્વત પ્રેમ અને હું જે શીખી એની તાકાતથી અભિભૂત છું.

હું તને પ્રેમ કરું છું અને હંમેશાં કરતી રહીશ."

યોર્સ ~~લવિંગલી,~~
ફાઈનાન્શિયલી

www.ingramcontent.com/pod-product-compliance
Ingram Content Group UK Ltd.
Pitfield, Milton Keynes, MK11 3LW, UK
UKHW022229051026
15624UKWH00005B/642/J